மராமத்து

யுகபாரதி

நேர்நிரை

விலை: ரூ. 200
ISBN : 9789789788194

மராமத்து

கவிதைகள் © யுகபாரதி * முதல் பதிப்பு: ஜனவரி 2017 * ஒன்பதாம் பதிப்பு: பிப்ரவரி 2025 * வெளியீடு: **நேர்நிரை**, 181, இரண்டாம் தளம், சி.வி.ராமன் தெரு, ராமகிருஷ்ணா நகர், ஆழ்வார்திருநகர், சென்னை - 600 087. அலைபேசி: 9841157958 * பக்கம்:176, முகப்பு ஓவியம்: வீர.சந்தானம் * அட்டை அழகு: மதன் * வடிவமைப்பு: தமிழ் அலை, சென்னை - 86.

Maraamathu
Kavithaigal © yugabharathi
* First Edition: Janaury 2017 * ninth edition: february 2025 * Pages: 176
* Published by **Nehrnirai**, Second Floor, 181, C.V.Raman Street, Ramakrishna Nagar, Alwarthirunagar, Chennai - 600 087. Cell: 98411 57958 * E-mail: yugabhaarathi@gmail.com * Cover Painting : veera. santhanam * wrapper Design : madhan * layout Designs : Tamil Alai.

யுகபாரதி

யுகபாரதி, தஞ்சாவூரைப் பூர்வீகமாகக் கொண்டவர். கணையாழி, படித்துறை ஆகிய இதழ்களின் ஆசிரியக் குழுவில் ஆறு ஆண்டுகளுக்கு மேல் இலக்கியப் பங்களிப்புச் செய்தவர். தொடர்ந்து இரண்டு முறை சிறந்த கவிதை நூலுக்கான தமிழக அரசின் விருதைப் பெற்றவர்.

இதுவரை எட்டுக் கவிதைத்தொகுப்புகளும் எட்டுக் கட்டுரைத் தொகுப்புகளும் தன்வரலாற்று நூல் ஒன்றும் எழுதியுள்ளார். இந்நூல், இவருடைய ஒன்பதாவது கவிதைத் தொகுப்பு.

வெகுசனத் தளத்திலும் தீவிர இலக்கியத் தளத்திலும் ஒருசேர இயங்கிவரும் இவருடைய திரை உரையாடல்கள் குறிப்பிட்டுச் சொல்லத்தக்க கவனத்தைப் பெற்று வருகின்றன.

திரைமொழியையும் மக்கள் மொழியையும் நன்கு உணர்ந்த இவர், ஏறக்குறைய இரண்டாயிரம் திரைப் பாடல்களுக்குமேல் எழுதியிருக்கிறார். இவரே இன்றைய தமிழ்ச் சினிமாவின் முன்னணிப் பாடலாசிரியர்.

நன்றி

ஆனந்தவிகடன் ○ குமுதம் ○ குங்குமம் ○ கல்கி ○ நக்கீரன் ○ ஜூனியர்விகடன் ○ தடம் ○ காலச்சுவடு ○ உயிரெழுத்து ○ தினமணி ○ தினகரன் ○ தினமலர் ○ ரௌத்திரம் ○ ஜன்னல்

ஜிந்தாபாத்
என்னும் சொல்லை எட்டுவதற்காக
இறுதிவரை எழுதிக்கொண்டிருந்த
இன்குலாப்பிற்கு

கொஞ்சத்திலும் கொஞ்சம்

ஒருவர் பின் ஒருவராக இருபத்தி எட்டு விவசாயிகள் தற்கொலை செய்துகொண்ட துயரச்செய்தி வந்துகொண்டிருக்கும் சமயத்தில்தான், அதே டெல்டா பகுதியைச் சேர்ந்த நான் வெவ்வேறு சந்தர்ப்பங்களில் எழுதப்பட்ட கவிதைகளைத் தொகுத்துக் கொண்டிருக்கிறேன். கடந்த முப்பது ஆண்டுகளாகத் தொடர்ந்துகொண்டிருக்கும் இந்தத் துயரம் புதிதல்ல. என்னுடைய முதல் கவிதைத் தொகுப்பான மனப்பத்தாயம் வெளிவந்தபோது என் நிலமும் என் மக்களும் என்னமாதிரியான அவலத்திற்கு ஆட்பட்டிருந்தோமோ அதே அவலத்தின் அடுத்த நகர்வாகத் தற்கொலைகள் தொடங்கியிருக்கின்றன. எதிர்த்துக் கேள்வி கேட்க வழியில்லாத ஒரு விவசாயக் கூலியின் மகன், மரணங்களுக்கு அழுவதா? கவிதைகளைத் தொகுப்பதா? எனக் குழம்பிப்போயிருக்கிறேன்.

இதற்கு முன்பும் மூன்று நான்குமுறை இதே மாதிரியான குழப்பத்தில் என் கவிதைகள் தங்களைத் தொகுத்துக்கொள்ள அஞ்சின. இழவுவீட்டில் இலைவிரிப்பதா? என்னும் யோசனையில். என்றாலும், இம்முறை வேறு வழியில்லாமல் இக்கவிதைகளைத் தொகுத்திருக்கிறேன். காரணம், அவலத்திலிருந்து வெளிப்படும் சமிக்ஞை தூரத்தில்கூடத் தென்படவில்லை என்பதால். உயரிய மேடைகளில் இசைக்கப்பட வேண்டிய பாடல், கக்கடைசியில் ஒப்பாரியாக

மாறிவிட்டது. அழுது தீர்க்கவேண்டிய இடத்தையே உயரிய மேடையாகக் காலம் மாற்றிவிட்டிருக்கிறது. தன் வாழ்நாள் முழுக்க மக்களை மட்டுமே பாடிக்கொண்டிருந்த கவிஞர். இன்குலாப்பிற்கு இந்தக் கவிதைகளைச் சமர்ப்பித்திருக்கிறேன். வெவ்வேறு வழிகளில் அவர் என்னை ஈர்த்திருக்கிறார். நேர்ப்பேச்சிலும் கவிதைகளின் வாயிலாகவும் அவர் கட்டியெழுப்பிய மக்கள் மாளிகை, ஆளில்லாத வீடாக ஆகியிருக்கிறது.

ஒரு கவிதைக்காரன், களப்போராளியாகவும் இருக்கவேண்டிய அவசியத்தை அவர் உணர்த்திக்கொண்டே இருந்தார். தன்னால் இயன்றவரை உண்மையாக இருப்பதைவிட உண்மை மட்டுமே தான் என்னும் நிலையை உருவாக்கியிருக்கிறார். அவருடைய கண்மணி ராஜம் கவிதையையும் யாருடைய கண்களால் என்னும் கட்டுரைத் தொகுப்பையும் அவ்வளவு எளிதாக என்னால் கடந்துவிட முடியாது.

ஒரு பெரும் மகாகவியை இழந்த மனச்சோர்வோடு இக்கவிதைகளைத் தர நேர்ந்தமைக்காக வருந்துகிறேன். இடையறாமல் நீண்டுகொண்டிருக்கும் துயர நிகழ்வுக்கிடையில், இக்கவிதைகளை வாசிக்கக்கூடிய சூழ்நிலை உங்களுக்கு வாய்க்குமா? என்பது சந்தேகம்தான். எனினும், வாய்ப்பு கிடைக்கும்போதாவது வாசிப்பீர்கள் என்றே எண்ணுகிறேன். இக்கவிதைகள், கடந்த ஓர் ஆண்டில் அவ்வப்போது எழுதப்பட்டவை.

மனக்கொந்தளிப்பிலிருந்து விடுபடவும் மறைக்கமுடியாமல் என்னை வெளிப்படுத்திக் கொள்ளவும் இக்கவிதைகள் உதவின. பெரும்பாலான கவிதைகள் ஏற்கனவே மாத வார இதழ்களில் பிரசுரமானவை. நட்பினாலும் என் மீது வைத்திருக்கும் நம்பிக்கையாலும் அப்பத்திரிகைகளைச் சேர்ந்த தோழர்கள், இக்கவிதைகளுக்குப் பிரசுரத் தகுதியைப் பெற்றுத்தந்தார்கள். மற்றபடி இக்கவிதைகள் எத்தகையன என்பதை நீங்களே சொல்லவேண்டும். தஞ்சாவூரைப்

பிறப்பிடமாகக் கொண்ட ஒருவன் என்று என்னை நான் அவ்வப்போது அடையாளப்படுத்திக்கொண்டிருக்கிறேன். அப்படி அடையாளப்படுத்திக்கொள்ள காரணம், அந்த அடையாளத்திற்குப் பின்னே இருந்துதான் என்னுடைய படைப்புகள் எழுகின்றன. நான் விரும்பினாலும் விரும்பாவிட்டாலும் தவிர்க்கமுடியாமல் என்னுடைய படைப்புகளில் வற்றிப்போன காவிரி வந்துவிடுகிறது. ஐம்பது ஆண்டுகளாகத் தமிழக அரசியல்களத்தில் பங்கு பற்றியவர்களின் சாயலில் இருந்து என்னால் விலகமுடியவில்லை.

வெண்மணி விவசாயிகள் மீது வைக்கப்பட்ட தீயின் கங்கு என்னையும் சுட்டுவிடுகிறது. எப்படி எழுதுகிறேன் என்பதைவிட ஏன் எழுதுகிறேன் என்றே யோசித்துக்கொண்டிக்கிறேன். எழுத்து என் முழுநேரப் பணியாக மாறிவிட்ட பொழுதிலும் அரசியலுக்கு அப்பாலுள்ள இலக்கியங்களில் என்னால் கவனம்செலுத்த முடியவில்லை.

பத்திரிகைகள் வாயிலாகவும் திரைப்படங்களின் வாயிலாகவும் ஓரளவுக்கு இன்றைக்கு நான் அறியப்பட்டிருக்கிறேன். என்றாலும், ஆற்றுப் படுகைகளில் விவசாயத்தை மட்டுமே நம்பியிருந்த என்னுடைய மூதாதையர்கள் எழுத்து வாசனை அற்றவர்கள். எழுதுவதால் நேரக்கூடிய மாற்றங்களைக் கனவிலும் சிந்திக்காதவர்கள். தங்களுக்குப் பின்னே தங்கள் குடும்பத்திலிருந்தோ சமூகத்திலிருந்தோ இப்படி ஒருவன் வரக்கூடும் எனவும் அவர்கள் எண்ணியிருக்க வாய்ப்பில்லை.

என் பெயரைப் பத்திரிகையிலோ திரைப்படச் சுவரொட்டியிலோ பார்க்கும்போது அவர்கள் என்னை அன்பினால் மூழ்கடித்துவிடுகிறார்கள். இந்தத் துறையில் நான் நின்றுநிலைபெற குலதெய்வங்களை வேண்டிக்கொள்வதாகச் சொல்கிறார்கள். விபரீதமாகவோ விநோதமாகவோ நான் எதையோ

செய்துகொண்டிருப்பதாக ஆரம்பத்தில் கருதிய அவர்கள், என் பணியை இப்போது பாராட்டத் தொடங்கியிருக்கிறார்கள். எழுதி வாழமுடியும் என என்னைப்போலவே அவர்களும் நம்பத் தொடங்கியிருக்கிறார்கள். இதற்காக நான் செலவிட்ட இருபத்தைந்து ஆண்டுகள் விரயமாகவில்லை. முழு நிறைவு இல்லையென்றாலும் மூச்சுவிட முடிந்திருப்பதில் எனக்கும் மகிழ்ச்சியே.

என்னுடைய முன்னோர்கள், வயல்வெளிகளில் கிடப்பவர்கள். குறுவையாகவும் சம்பாவாகவும் தாளடியாகவும் அவர்கள் பயிர் சாகுபடியில் ஈடுபட்டாலும் அதை ஒருபோதும் தொழிலாகக் கருதியதில்லை. வயிற்றைக் கழுவ ஏற்படுத்திக்கொண்ட செயலாக ஒரு நொடியும் எண்ணியதில்லை.

அவர்கள் தங்கள் வயிறு நிறைவதற்கு முன்பாக அடுத்த வயிற்றைப்பற்றிய அக்கறையிலிருப்பவர்கள். அவர்கள் சாகுபடியை ரொக்கமாக மாற்றுவதைவிட அதையே பண்பாடாகவும் கலாச்சாரச் செயல்பாடுகளில் ஒன்றாகவும் கருதக்கூடியவர்கள். அதன் விளைவாகவே என்னையும் என்னை ஒத்த பிறரையும் அவர்கள் அந்தப் பண்பாட்டுச் சங்கிலியின் கண்ணிகளாக்க எண்ணினார்கள். ஆனால், நாங்களோ ஊரிலிருந்தும் விவசாயித்திலிருந்தும் வெளியேறிவிட்டோம்.

ஓரளவு படித்துவிட்ட ஒரே காரணத்தால் அவர்களின் ஆதி ஆசைகளை நிராசையாக்கிவிட்டுப் பெருநகரங்களின் ஆலை வாசல்களிலும் ஐ.டி வளாகங்களிலும் நின்றுகொண்டிருக்கிறோம். எந்தத் தொடர்ச்சியுமில்லாத எழுத்தைக் கைகொள்ள முடிந்த எங்களால், தொன்றுதொட்டுத் தொடர்ந்துவந்த விவசாயத்தைப் பின்பற்ற முடியாமல்போன சோகம் தொண்டையை அடைக்காமலில்லை.ஒரு முப்பது ஆண்டுகளுக்கு மேலாக விவசாயத்தை மீட்டெடுக்க டெல்டா பகுதியைச்

சேர்ந்தவர்கள் போராடிவிட்டார்கள். பொய்த்துப்போன மழையாலும் கைவிரித்துவிட்ட காவிரியாலும் வெகுவாக அவர்கள் ஏமாற்றப்பட்டிருக்கிறார்கள். அவர்களுடைய போராட்டங்களும் ஏமாற்றங்களும் பொதுவெளியில் பேசக்கூடிய விஷயங்களாக இருக்கின்றனவே தவிர, அதற்குமேல் எந்த சகாயங்களையும் அந்தப் போராட்டங்களோ விவாதங்களோ அவர்களுக்குக் கொண்டுவரவில்லை.

காலத்தாலும் கருத்துருவாக்க மனிதர்களாலும் மீண்டும் மீண்டும் அவர்கள் புறக்கணிக்கப்பட்டுவருகிறார்கள். இப்போது, ஒருவர் பின் ஒருவராக தற்கொலை செய்துகொள்ளும் நிலைக்குத் தள்ளப்பட்டிருக்கிறார்கள். இத்தருணத்தில் அவர்களுக்கு நேர்ந்திருக்கிற சிக்கல், அதை வெறும் செய்தியாக மட்டுமே கருதுகிற சமூகத்தை எப்படி எதிர்கொள்வது என்பதுதான்.

கலையும் இலக்கியமும் வெறுமனே இதயத்திலிருந்து உதிப்பன அல்ல. அவை, மண்ணோடும் மக்களோடும் சம்பந்தமுடையன. குறிப்பிட்ட நிலப்பரப்பையோ குறிப்பிட்ட ஜனத்திரளையோ பிரதிபலிக்காத படைப்புகளைக் காலம் தம் கைகளில் வைத்துக்கொள்ள விரும்புவதில்லை. ஒரு நல்ல படைப்பு, கொஞ்சமாவது மக்களையும் மண்ணையும் ஒட்டியிருக்க வேண்டும்.

கொஞ்சத்திலும் கொஞ்சமாவது அதில், உண்மையின் ஒளி தென்பட வேண்டும் என்பார்கள். உண்மைத் துயரமாகவும் ஒட்டியிருத்தல் மரணமாகவும் சம்பவித்துக் கொண்டிருக்கையில் நானோ என்போன்றவர்களோ எதை எழுதுவது? கண்முன்னே நிகழ்ந்து கொண்டிருக்கும் மரணங்களையும் தற்கொலைகளையும் மவுனத்தோடு கடந்துவிட முடியுமா? போராட்டத்தின் மாற்றுப்பாதை பொறுமையாவதா? இலக்கிய அனுபூதிகளில் புளகாங்கிதம் அடையக்கூடிய வகையில்தான் ஒரு வாசகன் இருந்துகொண்டிருக்கிறானா? பால்வரத்து நின்றுபோன பிறகும் வற்றிய மார்பைச் சப்பிக்கொண்டிருக்கும்

குழந்தையிடம், அந்தத்தாய் எப்படிச் சொல்லுவாள் தன்னுடைய இயலாமையை? தமிழ் இலக்கியச் சூழல் கடந்த இருபது ஆண்டுகளாக எந்த அரசியலையும் முன்னெடுக்கக்கூடியதாக இல்லை. அதைவிட, அரசியலை முன்னெடுக்கக்கூடியவர்கள் இலக்கியவாதிகளே இல்லையெனவும் சொல்லப்பட்டுவருகிறது.

குழு குழுவாகப் பிரிந்து, நல்ல இலக்கியத்தை வளர்த்தெடுக்க அரும்பாடுபட்டுவரும் சிற்றிதழ்களும்கூட அரசியல் சார்புடைய இலக்கியவாதிகளைக் கருத்திற்கொள்ளத் தயங்குகின்றன. ஆட்சிக்கு எதிராகவோ அதிகாரத்திற்கு எதிராகவோ செயல்படக் கூடியவர்களை விலக்கி வைக்கின்றன. அதே சமயத்தில், தங்கள் குரலாக ஒலித்துக்கொண்டிருக்கும் படைப்பாளிகளை அள்ளியெடுத்துக் கொண்டாட வேண்டிய அரசியல் கட்சிகளோ கூட்டணி பேரங்களில்தான் குறியாயிருக்கின்றன.

இலக்கியத்தை வளர்த்தெடுப்பதும் பொதுவெளியில் அதற்கான இடத்தை ஏற்படுத்தித் தருவதும் தங்கள் கடமை என்ற எண்ணத்தை அரசியல் கட்சிகள் என்றைக்கோ கைவிட்டுவிட்டன. என்றாலும், ஈனஸ்வரத்திலாவது தங்கள் இருப்பை இயலாமையைப் பாடிக்கொண்டிருப்பவர்கள் இல்லாமல் இல்லை.

யாருடைய கவனிப்புக்கும் யாருடைய ஆறுதலுக்கும் காத்திராமல் தங்களைத் தாங்களே காப்பாற்றிக்கொள்ள உழைக்கிறவர்களில் ஒருவனாகவே என்னைநான் கருதுகிறேன். நான் என்னுடைய எழுத்தை அரசியல் அற்றதாகக் காட்டிக்கொள்ள எப்போதுமே விரும்பியதில்லை. இருப்பு குறித்த கவலையிலோ எல்லா சபைகளிலும் பேசப்படவேண்டும் என்னும் அக்கறையிலோ ஆரம்பகாலத்திலிருந்தே நான் இயங்கவில்லை என்பதை என்னை நெருங்காதவர்களும் அறிவார்கள். என் வாழ்வின் பெரும்பகுதி இடதுசாரி இயக்கத் தோழர்களால் கட்டமைக்கப்பட்டது. அவர்கள்

தந்த புத்தகங்களாலும் அவர்கள் சொல்லிக்காட்டிய தத்துவங்களாலும் வளர்க்கப்பட்ட நான், எதிர் முகாமைச் சேர்ந்தவர்களோடும் பரஸ்பர புரிதல்களில் உறவு பாராட்டியிருக்கிறேன். அதன் விளைவாகவே இலக்கியத்தோடு எனக்கிருந்த கட்டுக்கள் உடைந்தன. தீவிர இலக்கியத்தின் பரிச்சயம்கூட அப்படி நிகழ்ந்ததுதான்.

என்னுடைய கவலை, இந்தத் தீவிர இலக்கியம் ஏன் மக்களைப் பேசுவதில்லை என்பதுதான். குறைந்தபட்ச அக்கறையைக்கூட மக்கள் மீதோ அரசியல் மீதோ காட்டாத இந்த இலக்கியத்தைத் தீவிர இலக்கியமென்று எதை வைத்துச் சொல்கிறார்கள்? இறுதியில் இந்தத் தீவிரம் எதில்போய் முடியும்? கெட்டி அட்டைகளில் பெரிய பெரிய புத்தகங்கள் வந்துகொண்டிருக்கின்றன. மகாபாரதமும் ராமாயணமும் மீள் வாசிப்புக்கும் மீள் புனைவுக்கும் உட்படுகின்றன. ஆனால், அவற்றினால் என்ன நிகழப்போகிறது?

உண்மையில் எழுத்தாளர்கள் தீவிரமாக இயங்குகிறார்கள். விடாப்பிடியாகத் தங்களையும் தங்கள் படைப்புகளையும் முன்னிறுத்துகிறார்கள். ஒரே மேடையில் இருபது முப்பது புத்தகங்களை ஒருசேர வெளியிடுகிறார்கள். அவர்களின் தனிப்பட்ட இயங்குதலுக்கு ஏற்ப அவர்களின் படைப்புகள் இயங்குகின்றனவா? என்றால், ஆமென்று சொல்ல இயலவில்லை. அரசியலற்ற இயங்குதல், ஒருகட்டத்தில் நின்றுவிடக்கூடியது.

நிகழ் அரசியல் நிர்மூலமாக்கப்படுகையில் எதிர் அரசியல் எழுச்சியோடு பார்க்கப்படும். இப்போது நிகழ்ந்துகொண்டிருப்பதும் அதுதான். மனிதகுலத்தின் பாடுகளைப் பொருட்படுத்தாத எதிர் அரசியல் காலம். இந்த காலத்தில்தான் மதத்தின் பேராலும் சாதியின் பேராலும் சக மனிதர்கள் இரக்கமில்லாமல் கொல்லப்படுவார்கள். அதிர்ந்து எழவோ

ஆர்ப்பரிக்கவோ ஆளில்லாமல் சொந்த முகாம்களை துரோகிகள் சூழ்ந்துகொள்வார்கள். அதிகாரத்தின் பின்னே இருந்து அதைச் சுகித்தவர்கள், தாங்களே எல்லாவற்றுக்கும் காரணமென்று அதே ஆட்சியை அதே அதிகாரத்தைக் கைப்பற்றுவார்கள். மாற்றுக்கருத்தை வைத்திருப்பவர்களோ அதை வெளிப்படுத்த எண்ணுபவர்களோ கழுவிலேற்றப்படுவார்கள்.

சகாயம் பெற விரும்புகிறவர்கள், கண்களை மட்டுமல்ல இதயத்தையும் பிடுங்கித் தங்கள் பதவி நாற்காலிக்கு அடியில் பதுக்கிக்கொள்வார்கள். ஊடகங்களும் ஊழல் மலிந்த இன்னபிற துறைகளும் ஒன்றுமே நடவாததுபோல நடந்துகொள்ளும். இதை உள்வாங்கிக்கொள்ளாமல் எழுதக்கூடிய எழுத்துக்களில் எனக்கு உடன்பாடில்லை.

இக்கவிதைகளைத் தொகுக்கும் முயற்சியில் எனக்கு உதவியாக இருந்த அன்புச்செல்வி, வினோத், தம்பிச்சோழன், பா.ரவிக்குமார் ஆகியோர்க்கு என் நன்றிகள். முன் அட்டைக்கு ஓவியம் தந்த அண்ணன் வீர. சந்தானத்தை நெஞ்சில் நிறுத்திக்கொள்கிறேன். அட்டையை வடிவமைத்தத் தம்பி மதனையும் எப்பவும்போல் என் நூல்களுக்கு மெருகேற்றும் இசாக்கையும் கனிந்த அன்பினால் கௌரவிக்க விரும்புகிறேன்.

இந்நூல் வெளிவருவதில் கூடுதல் அக்கறை காட்டிய நேர்நிரை தோழர்களுக்கு மகிழ்ச்சி. இத்தொகுப்பிலுள்ள கவிதைகள், ஒரு சிறு அசைவிலிருந்து ஓசையாக எழுந்தவை. உறக்கத்திலிருந்து விழிப்பையும் விழிப்பிலிருந்து வெளிச்சத்தையும் கோரக்கூடியவை. ஏற்கனவே வெளிவந்த என்னுடைய கவிதைத் தொகுப்புகளைவிட இது சற்றே வெளிப்படையானது. சொல்முறையிலும் கூட. இப்போது நான் யாரென்று காட்டிக்கொள்ளும் இடத்திலிருக்கிறேன். நான் யாரைத் தொடருகிறேன் என்பதும் என்னை யார்

துரத்துகிறார்கள் என்பதும் பிடிபட்டுவிட்டன. பின்னே சென்ற பத்தாண்டுகளையும் முன்னே வரக்கூடிய பத்தாண்டுகளையும் இக்கவிதைகளின் வாயிலாகத் தொட முயன்றிருக்கிறேன். தொடர் தற்கொலைச் செய்திகளைத் தன்னுடைய ஊரிலிருந்து கேட்டுக்கொண்டிருக்கும் ஒருவன், அதிலிருந்து தப்பிக்கும் முயற்சியாக இக்கவிதைகளைத் தொகுத்திருக்கிறான் என்பதை நீங்களும் ஒப்புக்கொள்ளவேண்டிய கட்டாயத்திலிருக்கிறீர்கள்.

நிறைய பிரியமுடன்
யுகபாரதி
yugabhaarathi@gmail.com
9841157958

பிழைக்க

கரைபெருக ஓடிய
காவிரியில் நீச்சலடித்தவர்கள்
தங்கள் மகன்களை
பழக்கிக்கொண்டிருக்கிறார்கள்
வாட்டர்கேன் தொழிலுக்கு

வாடிவாசல்

நம்பமுடிகிறதா உங்களால்?
வாழ்வு மொத்தமும்
அவளேயென்று கண்ணீர் மல்க
காதலைச் சொல்லிக்கொண்டிருப்பவன்
மாடுபிடி வீரனென்பதை

துக்கிரித்தனங்கள்

துக்கிரித்தனங்கள் நிறைந்த ஒருவன்
தூய காதலைப் பேசலாமா?
பேசலாம். பேசலாம்.
காதலையும்
துக்கிரித்தனங்களில் ஒன்றாக
எண்ணும் பொழுது

துக்கிரித்தனங்கள் நிறைந்த ஒருவன்
மக்களை வழி நடத்தலாமா?
நடத்தலாம். நடத்தலாம்.
அரசியலையும்
துக்கிரித்தனங்களில் ஒன்றாக
ஆக்கும் பொழுது

துக்கிரித்தனங்கள் நிறைந்த ஒருவன்
மடாதிபதியாக ஆகலாமா?
ஆகலாம். ஆகலாம்.
மடாலயங்களையும்
துக்கிரித்தனங்களில் ஒன்றாக
மாற்றும் பொழுது

அதுசரி, துக்கிரித்தனங்கள் என்றால்
என்னவென்று சொல்ல முடியுமா?
முடியும். முடியும்.
பிரதமரைக் கேளுங்கள்

மாம்பழத் தோல்

எங்கு பார்த்தாலும்
வாங்கிவிடுவேன் மாம்பழங்களை
என்ன விலை கொடுத்தும்.
சின்னது பெரியது குறித்தெல்லாம்
சிந்திப்பதில்லை
உரமிட்டதா புகை போட்டதா எனவும்
யூகிப்பதில்லை
கையில் பறித்ததா
உலுக்கி எடுத்ததா
எச்சரிக்கை கொள்வதில்லை
எதை முன் வைத்தும்
இமாம்பசந்தா பங்கனப்பள்ளியா
அல்போன்ஸாவா ஜவ்வாதா
பெயர்களைத் தெரிந்துகொள்ளவும்
பிரியப்படுவதில்லை
என்வரையில், ஒரு மாம்பழம்
மாம்பழத்துக்குரிய அடையாளங்களைக்
கொண்டிருந்தாலே போதுமானது
சாப்பிடுகையில் இனிப்பாவதும்
சப்பி எறிந்தபின் மரமாவதும்
அதனதன் இயல்பென்று
அறிந்த எவரையும்
வழுக்கி விழ வைப்பதில்லை
மாம்பழத் தோல். தவிர
உங்களுக்குத் தெரியுமா
ஒரு மாம்பழத்தின் சக்தி
முருகனையே உருவாக்குமென்று

இரை

வீடு நிறைய
வளர்ப்புப் பிராணிகள்
வெளியில் இருந்துதான்
கொண்டு வருகிறோம் தானியங்களை
விளைய வைத்ததில்
பசியாறும் வாய்ப்புடையவர்கள்
எத்தனை பேர்?

மெய்

மனசுக்குப் பிடித்த உன்னோடு
மணிக்கணக்கில் பேசலாம்
மழைவெயில் தொடங்கி
மாதவிடாய் தொல்லை வரை
ஆறுகால பூஜைகளும்
பேறுகாலப் பிரச்சனைகளும்
நானறிந்தது நீ சொல்லியே
நேற்று வாசித்த கவிதை
நிறைவேறாத அபிலாஷை
உதவிக்கு வராதவர்கள்
உபத்திரம் செய்பவர்கள் என
சொல்லவும் கேட்கவும்
அநேகமிருக்கும் நம்முடைய
உரையாடல்களில், விடுபடுவதில்லை
எந்த விவாதங்களும்
மனசுக்குப் பிடித்த நாம்
பேசிக்கொள்கிறோம்
மனசைப் பேசுவதில்லை எனும்
தீர்மானத்துடன்.

வாழக்கெடுபவர்

01.
ஊரே வியக்க வீடு
ஒவ்வொரு வேளையும்
சுடுசோறு
கை நிறைய பணம்
கணக்கில்லாச் சொத்து

போய் வர கார்
புதுப்புது ஆடை
புகழ்ந்து பேச ஆட்கள்
போஸ்டரில் முகம்

ஆடம்பர வாழ்க்கைக்கு
ஆட்படுவதைத்தான்
முன்னேற்றமென்கிறதா
முட்டாள் சமூகம்?

02.
அங்குலமும் வளராத அறிவு
அடுத்தவர்க்கு ஈயாத பண்பு
கண்டதைச் சுருட்டும் கயமை
காத்திருக்க விரும்பாத அவசரம்

அறத்தைக் கொன்றுவிட்டு
முன்னேறுகிறவன்
சிறைக்குப் போகையிலும்
சிரித்துக்கொண்டே
இருக்கிறான்

03.
எதைப்பற்றியும் நினைக்கவோ
யாருக்காகவும் வருந்தவோ
மனமில்லாத ஒருவனையே
உதாரணம் காட்டுகிறது
உலகம்

முன்னேற்றமென்பது
தனிமைப்படுவது அல்லது
தன்னைத்தானே
கொன்றுவிடுவது

04.
முந்திச்செல்வதுதான்
முன்னேற்றமெனில்
யாரை முந்துவது ?

கெட்டவர்களை
நல்லவர்கள் முந்துவதில்லை
நல்லவர்களைக்
கெட்டவர்கள் எண்ணுவதில்லை

முன்னேற்றத்தில் உண்டா
நல்லதும் கெட்டதும்

05.
மூச்சுக்கு மூச்சு
முழங்குகிறார்கள்
முன்னேறுவதைப் பற்றி

எதுவரை
எப்போதுவரை என
யாருமே சொல்வதில்லை

முன்னேறுவதை விடவும்
முக்கியமானதா
மனிதனாயிருப்பது?

கரிப்பு

சாராய வாடையில்லாத
துக்க வீட்டில் தெரிந்துகொள்ளலாம்
சரிந்து கிடப்பவன்
சம்பாதித்த யோக்யதையை
முறை செய்வதிலோ
முன் நிற்பதிலோ
போட்டி நிகழாத கல்யாண வீடு
கல்யாண வீடே இல்லை
வரச் சொல்லித் தந்தியடிப்பதும்
வந்துவிட்டால் கோழியடிப்பதும்
இல்லாமலேயே போய்விட்டன
இன்றைய நாளில்
கை நிறைய தீனிப் பையும்
கடவாயில் வெற்றிலையும் கொணர்ந்த
முருகராஜ் மாமாக்கள்
அடைக்கமுடியாமல் தவிக்கிறார்கள்
விவசாயக் கடன்களை
நாகரிகமழித்த நம்முடைய
நம்பிக்கையில்
பட்டுத் தெறிக்கிறது
பாவத்தின் எச்சில்
சொல்ல ஏதுமில்லை. ஏனோ
ஓடிக்கொண்டே இருக்கிறது
ஒவ்வொரு நதியும்
உப்பாவதற்கு

அன்பு

இதற்குமுன் எப்போதாவது
ஒரு குவளைத் தண்ணீருடன்
தபால்காரரை எதிர்கொண்டிருந்தால்
இத்தனைக் கசங்கலோடு வந்திருக்குமா?
இந்தக் கடிதம்.

அமைதி

போகவே வழியில்லாத
புண்ணியக் கேந்திரங்களுக்குப்
புறப்படுகிறீர்கள்
எத்தனை நாள் விரதமென்றாலும்
ஏற்றுக்கொள்ளச் சம்மதிக்கிறீர்கள்
செலவு பிரச்சனையில்லை
சேர்ந்தோ தனித்தோ
மாலையிட்டு உருகுகிறீர்கள்
பஜன்களில் கரைகிறீர்கள்
ஆன்மீகக் குருக்களின் குறுந்தகடுகளை
அலமாரியில் நிரப்புகிறீர்கள்
படித்தும் புரியாத பதிகங்களை
மனப்பாடம் செய்கிறீர்கள்
மந்திரித்த தாயத்துகளிலும்
மெய்மறந்த தியானங்களிலும்
உங்களை நீங்களே உருவேற்றுகிறீர்கள்
தொட்டுத் தொடரும் துயரிலிருந்து
விட்டு விடுதலையாக விரும்புகிறீர்கள்
ஒருவகையில்
ஆனந்தத்தைத் தேடித்தான்
அலைகிறீர்கள் நீங்களும்
அணைக்கப்படாத கைபேசியை
வைத்துக்கொண்டு

ரயில்

01.
எங்கேயும் நிற்காது
குறித்த நேரத்தில் போய்விடும்

மூன்று மாதத்திற்கு
முன்பே செய்த முன்பதிவு என்பதால்
படுக்கையோ இருக்கையோ
பிரச்சனையில்லை

மேலும், இந்த ரயில் இதுவரை
தடம் புரண்டதாகவோ
வழியில் நின்றதாகவோ
தகவல் இல்லை

ஓரளவு சுத்தமாயிருக்கிறது
சன்னலையும் கதவையும் கூட
சங்கடமில்லாமல்
திறக்க முடிகிறது

குடிக்கத் தண்ணீர்
கொறிக்கத் திண்பண்டம்
படிக்கப் புத்தகம் இவற்றோடு
நகரத் தொடங்கியது வண்டி
நடைமேடையை விட்டு

உட்கார்ந்திருக்கிறோம்
ஒவ்வொருவரும்
ஒருவித அச்சத்துடன்

போய்ச் சேர்ந்த பிறகு
இந்த ரயில் பாதையிலிருந்து
கண்டெடுத்துவிடக் கூடாதே

இன்னொரு இளவரசனை
இன்னொரு கோகுல்ராஜை

02.
அபாயங்கள் அத்தனையும்
வெளியே இருக்க
உள்ளே தொங்கிக்கொண்டிருக்கிறது
அபாயச் சங்கிலி

03.
இரண்டு நகரங்களை
இணைக்க ஏற்பட்ட தண்டவாளத்தில்
அவ்வப்போது மீட்கப்படும்
அழுகிய சடலங்களால்
இரண்டிரண்டாகப் பிரிகின்றன
கிராமங்கள்

04.
வழியனுப்ப வந்தவர்கள்
கையசைத்துக் கிளம்ப

வரவேற்கக்
காத்திருக்கிறார்கள் நிறுத்தத்தில்
ஏந்திய கைகளுடன் வேறுசிலர்

இடையில் என்னென்ன
நிகழுமென்பதை மட்டும்
யாருமே யூகிப்பதில்லை

05.
சிநேகிக்க உகந்த ரயில்
சீறிப்பாய்கிறது
சிநேகித்த இருவரில்
யாரோ ஒருவரைப்
பாடையிலேற்ற

06.
டிக்கெட் இருக்கிறதா
பரிசோதிக்கிற அதிகாரியால்
கண்டுபிடிக்க முடியுமா?
காதலர்களையும் அவர்களுடைய
கனவுகளையும்

07.
சகல ஜீவபட்சிகளையும்
சமமாகவே பாவிக்கும்
ரயிலுக்குத் தெரியுமா?
தனக்குக் கீழேயும் சுழல்வது
சக்கரமில்லை சாதியென்று

08.
அதி நவீன மெட்ரோவை
அதிசயம்போல் பார்க்கிற
இதே மக்கள்
எந்தக் கேள்வியுமில்லாமல்
பார்க்க மட்டுமே செய்கிறார்கள்
பரிதாபத்துக்குரிய காதலின்
படுகொலையை

09.
ஓங்கிய ஓசையுடன் புறப்படும்
ஒவ்வொரு ரயிலுக்குள்ளேயும்
அல்லாடுகின்றன
சொல்ல முடியாத காதலும்
சொல்லியதால் முடிந்த காதலும்

10.
பயணிகளின் கவனத்திற்கு
வருவதேயில்லை
போன ரயிலில்
போய்ச் சேர்ந்தவர்களின்
பட்டியல்

பாசாங்கு

முயல் ஆமை கதைசொல்லி
முற்றத்து நிலா காட்டி
விளையாட்டுப் பொம்மை தந்து
விதவிதமாய்க் குறும்பு செய்து
காக்கையைத் துணைக்கழைத்து
கருவிழியை உருட்டி
செல்லமென்றோ சிங்கமென்றோ
கொஞ்சிக்குலவி
ஒரே ஒரு வாய் உணவை
ஊட்டுவதற்குள்
போதும் போதுமென்றாகிய
தாயிடம் கேட்கலாம்
பாசாங்கிற்கும் பாசத்திற்குமுள்ள
வேறுபாட்டை

குரு

வருவது வந்தே தீரும்
வருந்தாதே
உனக்குள்ளே இருக்கிறது
ஓராயிரம் சக்தி
முன்னே நடந்ததை
முற்றாக மற
கண்ணை மூடி தியானி
காசை உதறிவிடு
பெண்ணைத் தள்ளி வை
பிரியங்களே உபாதை
மூச்சை இழுத்துவிடு
முதுகுத் தண்டை கவனி
ஆவதும் போவதும்
அவனது கையிலே என்று
ஓடேந்தித் திரிந்த குரு
உட்காந்திருக்கிறார் ஆசிரமத்தில்
பாசாங்கைப் பக்தியென்கிறான்
பரதேசி ஒருவன்

ஞானி

எது அறிவு
கற்றதா பெற்றதா
கையிலிருந்ததை ஊருக்களிப்பதா
ஊரிலிருந்து கைப்பற்றிக் கொள்வதா
கேட்டதா பார்த்ததா
கேட்காமலே போவதா
நல்லதா கெட்டதா
நமை நாமே கொல்வதா
இருப்பதிலா இல்லாததிலா
பொருந்திக் கொள்வதா
முரண்டுப் பிடிப்பதா
அவரவர்க்கு ஒவ்வொன்று
சரியென்று படுகிறது
கேள்வியை விட்டுவிட்டால்
கேடுவரும் அறிவுக்கு
கேள்வியே இல்லையென்று
கிடைப்பதுதான் ஞானமே

இழப்பு

சாவு வருவதற்குள்
சம்பாதிக்க எண்ணும்
எந்த அப்பாவாவது யோசித்திருப்பாரா?
சம்பாதிப்பதற்குள் பிள்ளைகளைச்
சாகக் கொடுப்போமென்று

பறத்தல்

மொட்டை மாடியில்
காய்ந்தது கோதுமை
கொத்தவரும் குருவியை விரட்ட
காவலிருந்தாள் காவ்யா
அவ்வப்போது சொல்லிக்கொண்டாள்
அம்மாவுக்கு உதவி செய்வதாக
வந்த குருவிகளை
வாயால் அதட்டி
வர எத்தனித்த குருவிகளைக்
கைவீசி எச்சரித்துத்
தன்னை நிரூபித்த காவ்யா
ஆக நினைக்கிறாள் போலீசாக
இப்பவே இத்தனை பொறுப்பா
எதிர்வீட்டு மாமியும்கூட
நெட்டி முறித்தாள்
ஏமாந்த குருவிகள் என்றேனும்
கோதுமைக்குப் பதிலாக
உன்னைக் கொத்திவிடுமென்று
சொல்லவே இல்லை
நான்.

பிரியம்

பிடித்ததைச் செய்யவும்
நினைத்ததைச் சொல்லவும்
முடிகிறதா என்ன?
நிதானம் இழந்துவிட
நிறைய நிறைய சந்தர்ப்பம்
வீம்போடு வாழ்வதற்கு
வெறியில்லை கொஞ்சமும்
இருமல் தாத்தாக்கள்
இல்லாத வீட்டிலும்
இருக்கவே செய்கிறது ஒப்பாரி
கையளவே மனசு
ஆசைக்கோ எல்லையில்லை
உடைத்துச் சொல்லியிருக்கலாம்
ஓடியாவது போயிருக்கலாம்
செத்திருக்கலாம் என்றுகூட
சிலசமயம் நினைப்பதுண்டு
காரணத்தைத் தேடித்தேடி
காதலைத் தொலைத்தவர்கள்
ஒன்று சந்திக்கக் கூடாது
அல்லது சிந்திக்கக் கூடாது

மாற்றம்

அதே அன்புடன்தான்
பழகினார்கள்

போதுமென்று சொல்லியும்கூட
அள்ளியள்ளி வைத்தார்கள் ஆக்கியதை

இன்னமுமே அவர்களால்
மறக்கக் கூடியதாய் இல்லை
உதவ முடியாமல் போன ஒரு சம்பவம்

கைநிறைய கொண்டுபோன
பழங்களைக் கண்டவுடன்
ஏன் இதெல்லாம் என்றுதான்
வருந்தினார்கள் எப்பவும்போல

மீண்டும் ஒருமுறையாவது
வருவீர்கள்தானே என்றதில்
வழிந்துகொண்டிருந்தது வாஞ்சையும்

இவ்வளவுக்கிடையிலும்
எப்படிச் சொல்கிறீர்கள்?
ஊர் மாறிவிட்டதாக

சார் ஒரு கொஸ்டீன்

சோற்றைக் குறைத்தால்
சுகர் வராது
சோம்பலைத் தவிர்த்தால்
சுபிட்சம் வந்துவிடும்
எச்சரிக்கையோடிருந்தால்
எண்பதுவரை சுகவாழ்வு
பார்த்து நடந்தால்
விரிவடையும் பாதைகள்
படிப்பைத் தொடர்ந்தால்
பஞ்சத்தை வெல்லலாம்
வளைந்து கொடுத்தால்
வாழ்வது சிரமமில்லை
இறங்கிப் போ
எல்லாமே எளிதுதான் என
பிரசங்கம் செய்தவரிடம்
பிரியத்தோடு கேட்டேன்
அசைவத்தை நிறுத்தினால்
ஆக முடியுமா?
அய்யராக

விவாதம்

விவாதிக்கலாம் நண்பரே
வேறு எதுவும் வேலை இல்லை
நாட்டைச் சிந்திப்போம்
நடப்பதைப் பிதற்றுவோம்
ஒழியத்தான் வேண்டும் மது
உபத்திரம் தரும் ஊழலுக்குக்
கட்டுவோம் முடிவை
அந்நியச் செலாவணி
அண்டை தேசங்களின் ஊடுருவல்
ஸ்பெக்ட்ரத்திலிருந்து வியாபம் வரை
எத்தனையோ இருக்கிறது பேச
யார்தான் யோக்கியம்
எதற்கிந்த அறிக்கைப்போர்
கடவுளாலும் முடியாது
கல்வியைக் காப்பாற்ற
ஈழத்தமிழர்கள் செய்யக்கடவது
தலைக்கவசக் கெடுபிடி
தரிசான விவசாயம்
விவாதிக்கலாம் நண்பரே
வேறு எதுவும் வேலை இல்லை
விவாதிப்பதைத்தவிர
என்னசெய்துவிட முடியும்
நம்மால்?

அதிகாரம்

இருக்கைக்கான போட்டிபோல
எல்லோராலும் கருதப்படுகிற
அதிகாரமென்பது வேறொன்றுமில்லை
அபலைகளை அகதிகளாக்குவது

பழகுதலின் பின் குறிப்பு

01.
பிறர் தயவில்லாமல்
பெரிதாக வாழ்ந்தவர்கள்
எவருமில்லை

பிணங்க பிதற்ற
பிடிவாதம் கொள்ள
பெருமைப்பட
யாரோ ஒருவர் நமக்கு
எப்போதும் தேவைப்படுகிறார்

02.
ஒருவருடைய தயவு
தேவைப்படும்வரை
அவரை நாமோ அல்லது
அவர் நம்மையோ
சொல்லிக்கொள்கிறோம்
நேசிப்பதாக

03.
பாதகர்களோடும்
பழகத்தான் நேர்கிறது

அவர்களை நாம்
பகைக்கப் பயப்படுகிறோம்
விமர்சிக்கவோ
வெறுப்பை உமிழவோ

எந்தச் சந்தர்ப்பத்திலும்
எண்ணுவதில்லை

அவர்களை நெருக்கத்திலேயே
வைத்திருக்கிறோம்
என்றோ ஒருநாள் நம்முடைய
எதிரிகளைக் கொல்வதற்கு

04.
கூடிக் குடிக்கையில்
கொண்டாடிச் சிரிக்கையில்
நாடித் தளும்பேற
நக்கலடிக்கையில்

யாரோ ஒருவருடைய
அந்தரங்கத்திற்குள் பிரவேசிக்கிறது
நம்முடைய நாக்கு

இருப்பதைப் பகிரவும்
இல்லாததை நுகரவும்
ஏங்குகிற மனசுக்கு
ஒழுக்கமென்பது
ஒப்புக்கு

05.
ஊதியத்திற்காக
எந்த வேலையும் சரியெனில்
கூலிப்படையை ஏன் பார்க்கிறோம்
குற்றமாக?

உகந்த உணவென்றால்
உபாதையில்லை
சரியானவனைப் பாதிப்பதில்லை
சகவாசதோஷம்

கட்டுக்குள் வாழ்வதெனில்
கவலைதான்

06.
விருப்பங்களை
வியாபாரமாக்கியபின்
சில்லறைகளை உறவுகளாகவும்
சிந்தனைகளைப் பிரிவுகளாகவும்
கருதுவதில் என்ன தவறு?

வாங்கிக் குவிப்பதே
வாழ்க்கை
ஏங்கித் தவிப்பதே
எதார்த்தம்

07.
எங்கோ இருப்பவன்மேல்
அடி விழுந்தால் என்ன
இடி விழுந்தால் என்ன என்று
இருக்க முடியுமா?

கடந்து போங்கள்
கவலையை விடுங்கள்

எல்லாம் விதிப் பயன்
என்ன செய்வது

எங்கோ இருப்பவன் தானே
உங்களுக்கு என்ன வந்தது
இப்படி நிறைய சொல்கிறார்கள்

சிரிப்பு வருகிறது
எங்கோ இருப்பவன்தான்
இவர்களுக்கு வழங்குகிறான்
அருளையும் ஆசியையும்

08.
வரிசையில் நிற்கையில்
நம்மை முந்துவதற்கு ஒருவரை
அனுமதிக்கிறோமா

எனக்குப் பிறகே எல்லோருமென்ற
பெருமிதம் தேவைப்படுகிறது
வாழ

09.
வாசலோடு சிலரை
வரவேற்பறையோடு சிலரை
கூடத்தில் சிலரை
கொல்லைவரை சிலரை

ஆள் பார்த்தே
அரும்புகிறது அன்பு

அவசியம் ஏற்படாதவரை
நம்முடைய இதயங்கள்
யாருக்காவும் எதற்காகவும்
திறப்பதே இல்லை

10.
நடந்ததைப் பேச
நடப்பதை ஆலோசிக்க
ஒருவரைத் தேடுகிறபோது
அவருடைய நேசத்தின்
அளவு புரிகிறது

நெருக்கத்தில் விலகியும்
தயக்கத்தில் பழகியும்
முடியவே முடியாத உறவைத்தான்
காதலென்று சொல்கிறோமா?

எதற்கு?

கோயிலுக்குப் போயிருந்தேன்
அம்மாவுடன்,
படிப்பு வர
பாட்டி நலம்பெற
அப்பா திருந்த
அரைவயிறாவது நிறைய
கடன் அடைய
கை நிரம்ப சம்பாதிக்க
வீடுமாற்ற
வெறுமை அகல
விருப்பம் பூர்த்தியாக
மற்றவர் எம்மையும்
மதிப்புடன் நடத்த என
விதவிதமாக வேண்டி
கோரிக்கை வைத்துவிட்டுக்
கூட்டி வந்தவள்
வரும் வழியில்
எதற்கு வாங்கினாளோ?
விஷ பாட்டிலை

அரசியல்

ஆளத்தான் ஆசை.
ஆகாதவரெனில் அவதூறு பேசு
சகாயத் திட்டங்களைச்
சரமாரி விமர்சி
போக்கற்ற ஆட்சியென்று
புலம்பத் தொடங்கு
வரும் ஒரு காலமென
வாய்ச்சவடாலில் நிம்மதியுறு
கட்சிகளைக் கூட்டு
மறியல் பேரணி பொதுக்கூட்டம்
ஏதோ ஒன்றை நிதமும் நடத்து
புள்ளிவிபரங்களைப்
பொய்யாகவேணும் காட்டு
மாற்று நாங்களென
மக்களை நம்பவை
முன்னிலும் கூடுதலாக
முழக்கமிடு
ஏமாறுவதற்கே
இருக்கிறார்கள் மக்கள்
எப்படியாவது ஜெயிப்பதுதான்
உன் திட்டம்?
கொள்கையைத் தூக்கிக்
குப்பையில் போடு
சும்மா வந்திடுமா சுகபோகம்
சூது தெரிந்தவர்க்கே
சுந்தர அரசியல்
ச்சீ..ச்சீ..

வதை

தொழுவ மாடுகளைக் குளிப்பாட்டி
கொம்புகளில் ரிப்பன்கட்டி
குங்குமமோ சந்தனமோ வைத்து
சாம்பிராணிப் புகையில்
ஆரத்தியெடுப்பவர்கள்
கேள்வியாவது பட்டிருப்பார்களா?
பசுவதைத் தடுப்புப்பற்றி

நினைவுகள்

அவள் என்னை
விலக நேர்ந்தது
வெட்கப்படக்கூடிய செய்தியல்ல
பிடித்ததுபோலவே
பிடிக்காமலும் போனது அவ்வளவே
கண்ணீரை உகுக்கவோ
கடிதத்தில் கதறவோ இதில்
ஒன்றுமே இல்லை
எடுத்துக்கொண்ட உறுதி
ஏற்றுக்கொண்ட பலவீனம்
உணரவும் உருகவும் செய்த
விளையாட்டு
கொடுக்க வாங்கிய பரிசு
கொடுக்காமல் போன முத்தம்
சிணுங்கிய கைபேசி
சிரித்துச் சிரித்துச் செலவழித்த
நிமிடங்கள் என
உளறிக்கொட்டுவதால் மீண்டும்
உயிர்க்குமோ காதல்.
பழகிப் பிரிகையில்
ஏன் வருகிறது பதற்றம்
கொண்டாட இல்லையா
கோடி நினைவுகள்?

சுயம்

நாகரிகத்தைச் சுவீகரித்த அல்லது
வசதியிலும் வளர்ச்சியிலும் மேம்பட்ட
எந்த ஒரு நகரத்தில் நிற்கையிலும்
ஏதோ ஒருவிதத்தில்
ஒசத்தியாகிறது என் ஊர்
சுகத்தைவிட மேலானதே
சுயம்.

இந்தி

காவ்யா பள்ளியில்
இந்தி கற்கிறாள்
உச்சரிப்பு சரியா என்று
ஒருபொழுதும் கேட்பதில்லை
மூன்றாவது மொழியாக
மூளையில் திணிக்க
ஆரம்பிக்கிறாள் அகர வரிசையை
நாளுக்கொரு வார்த்தையாக
வேகப்படுகிறாள் விரைய
ஏக் தோ தீனில்
எத்தனை மகிழ்ச்சி என்கிறாள்
மனைவியும்.
தாளமுத்து நடராசனை
தகவலாகக் கூட அவள்
கேட்டதில்லை
ஒருகாலத்தில் இந்தியால்
பட்ட பாடுகளை
விட்ட வாய்ப்புகளை
சொல்ல முயலுகையில்
யாதும் மொழியே என
எதிர்க்கிறாள் என்னை.
இப்போதும்
இந்திதான் பிரச்சனை
என் வீட்டிலும்

ருசி

அப்படியொன்றும் ருசியானதில்லை
அம்மாவின் சமையல்
பரிமாறுபவள் அம்மா என்பதால்
ஆகிவிடுகிறது அப்படி
பழக்கத்திலிருந்து விடுபடாமல்
உணரமுடியாது அன்பின் ருசியை

பாடல்

இன்னுமொரு காதல்பாடல்
எழுத நேர்ந்தது
நெருக்கத்தை விவரிக்க
நினைவுகளைக் காண்பிக்க
விரும்பிய இயக்குநர்
விளக்கினார் சூழலை
தூக்கமில்லையாம்
சோறு செல்லவில்லையாம்
பூமியே நின்றதுபோல்
புழுக்கமாம் நெஞ்சில்
ஏந்திக்கொள்ள வருவாயா என
ஏங்குகிறார்களாம் இருவரும்
உன்னையன்றி நானா
உயிரே நீ வேறா
சுற்றிச் சுற்றி வருகிறார்களாம்
சுட்டெரிக்கும் வெயிலில்
வாழ்ந்தால் உன்னோடு
இல்லையேல் மண்ணோடு
நானும்கூட எழுதுவேன் என்றார்
இறுதிவரை அவரால்
சொல்லவே முடியவில்லை
இயல்பிலுள்ள காதலை
இன்னுமொரு காதல்பாடல்
எழுத நேர்ந்தது
கண்ணதாசனாக

வாங்கிக்கட்டுதல்

வந்து சேர்வதற்குள்
வதங்கிவிட்டது மல்லிகை
வைத்துப் பரிமாறுவதற்குள்
பல்லிளித்தது வாழை இலை
நாலைந்து நாளாக
நடந்துவிடுகிறது இப்படி
நுனியொடித்து வாங்கிய
வெண்டைக்காய்
நுரைபொங்கத் திரிந்துவிட்ட
ஆவின்பால்
பழுப்பு மிகுந்த மணத்தக்காளி
பாதியும் சரியில்லாத
குதிரைவாலி எனக்
கொண்டுவந்த அத்தனையும்
குறையுடையதாக
எதையுமே எனக்கு
வாங்கத் தெரியவில்லையென்று
வம்பைத் தொடர்கிறாள்
வாழ வந்தவள்
என்ன செய்ய?
பேர் வாங்க
பெரும்பாடுபடுமொருவன்
வாங்கத் தெரியாமல்
வாங்கிக்கொண்டிருக்கிறான்
திட்டுகளை

வழி

போகப்போகத் தெரிகிறது
கொண்டு போவதற்கு
எதுவும் இல்லையென்று
பிள்ளைகளுக்குத் தீனி
பெரியவர்க்கு மருந்து
உற்றவர்க்கு உடை
உறவினர்க்குப் பரிசு என
எதை எதையோ
வாங்கிக்கொண்டு போகிறோம்
வெறுங்கையோடு போவது
வழக்கமில்லை
கொண்டுவராதவர்களை யாரும்
கொண்டாடுவதில்லை
விசாரிப்பின் உட்பொருளே
கொண்டு வந்ததைக் கொடுப்பதுதான்
கேட்காமல் தருவதும்
மறுக்காமல் பெறுவதுமே
அன்பின் அளவுகோல். எனில்,
எதுவுமே இல்லாமல்
எங்கே போவது?

உலகம்

மரணவீட்டிலிருந்து
வெளியேறிக்கொண்டிருக்கிற ஒருவராவது
ஏற்பட்டுவிட்ட சோகத்தையோ
ஏமாற்றிவிட்ட காலத்தையோ
இன்னொருவருக்குத் தருகிறார்களா?
தொழத்தக்கதுதான்
இவ்வுலகம்.

கேள்வி

கேட்கத் தொடங்கிவிட்டாள் காவ்யா
சொல்வதை மட்டுமே
கேட்டுக்கொண்டிருந்த அவள்
இப்போதெல்லாம்
கேட்பதற்காகவே எதையாவது
சொல்லச் சொல்கிறாள்
சொல்ல முடியாததையும்கூட.
சமயங்களில் எங்களுடைய
சமாளிப்புகளை அவளால்
கண்டுபிடித்துவிட முடிகிறது
அவளைப் பொறுத்தவரையில்
அவள் எதிர்பார்ப்பது
சரியான பதில்களை அல்ல
சரியான சமாதானங்களை
சந்தேகம் தொனித்துவிட்டால்
சல்லடையாக்குகிறாள்
எதைச் சொல்லியும் அவளை
ஏமாற்ற முடிவதில்லை
என்னென்னவோ கேட்கிறாள்
மேல் கீழாக கீழ் மேலாக
விரிகின்றன அவள் கேள்விகள்
ஒரு கேள்வியில் இருந்து
ஓராயிரம் கேள்விகளைத்
தொடுக்கும் அவள் என்றேனும்
கேட்கத்தான் போகிறாள்
என்ன சாதி நாமென்றும்?

அவள்

நேற்றும் ஒருத்தி
புகழத்தொடங்கினாள் என்னை
எழுத முடியாதாம்
என்போல யாராலும்
வசீகரிக்கிறதாம் என்னுடைய
வாக்கிய அமைப்புகள்
அவளாகவே யூகித்து
அர்த்தப்படுத்தினாள் பாடலை
வரிவிடாமல் ஒப்பித்தாள்
இடையிடையே சிரிப்பு வேறு
சில நாள்களுக்கு முன்னும்
தொடர்பு கொண்டாளாம்
யார் யாரிடமோ முயற்சித்தாளாம்
என் கைபேசி எண்ணைப் பெற
மூச்சே நின்றுவிடும் அளவுக்கு
முடிவில்லாமல் பேசிய அவள்
எழுதாத பாடலுக்கு
எடுத்துக் கொடுக்கிறாள்
முதல் அடியை

தேவை

தேவையை நேரடியாகக்
கேட்கத் தெரியாதவர்கள்
தங்கள் உரையாடலை
ஆரம்பிக்கிறார்கள்
பாராட்டிலிருந்து

கூட்டுவண்டி

கொம்பு நீண்ட செவலைகள்
கூட்டு வண்டியிலேக
பெரியமாமா கிளம்புவார்
பெரம்பலூர் சந்தைக்கு
போற வழிநெடுக
எம்.ஜி.ஆர் பாட்டுவரும்
கவிச்சி நெடியடிக்கும்
கண்சிமிட்டல் இடையிடையே
மூனுசீட்டில் விட்ட காசு
மூழ்கிவிட்ட சம்பா பயிர்
ஏலம்போன நகைநட்டு
எதிரியான சொந்தபந்தம்
எத்தனையோ கதையளப்பார்
இருமிக்கொண்டே புகைபிடிப்பார்
நடந்ததைச் சொல்லிச்சொல்லி
நாலுமைல் கடந்தபின்னே
கைநழுவிப் போன
காதலியை நினைத்தழுவார்
நுகத்தடியாய் அழுத்தும் அந்த
நினைவுகளில் மூழ்கியதும்
அச்சாணி இழந்துவிட்ட

வண்டியாக அவர் நொடிப்பார்
சாதி செய்த சூழ்ச்சி எண்ணி
சங்கடத்தில் நகங்கடிப்பார்
கூடாமல் போன ஆசை
கொல்லுவதைச் சொல்லாமல்
அத்தைக்குப் பூவாங்கி
அடிமடியில் முடிந்துவைப்பார்
பெரியமாமா பிரியமானவர்.

வைக்கோல் வாழ்க்கை

ஆளுக்கொரு வேலை
அவரவர்க்குப் பல தேவை
ஊசி முனையளவும்
ஊர் உலகை நினையாமல்
காசொன்றே வாழ்வென்று
கரைகிறது ஜனக்கூட்டம்
வாசலில் கோலமிட
வாய்ப்பில்லாப் பெருநகரில்
பூசணிப்பூ வாசத்தை
நுகர்ந்ததில்லை மார்கழிகள்
யோசனைகள் மொத்தமுமே
இ.எம்.ஐ என்றாக
செல்போனில் இழவுகேட்டு
சொல்லுகிறோம் ஆறுதலை
வாழ வழி தெரியவில்லை
வருசமெல்லாம் நடைப்பயிற்சி
பணமிருந்தால் போதுமெனும்
பரிதவிப்பில் இளைத்துவிட்டோம்
சக்கையான வைக்கோலை
உண்ட பசு பால் கறக்க
சத்தியத்தைத் தொலைத்துவிட்ட
சம்பாத்யம் என்னத்துக்கு?

அடி

ஒன்றரைடன் வெயிட்டுடன்
ஓங்கி அடிக்கும் கை
காவல்துறையின் கையாயிருக்கையில்
அது, அநீதிக்கு எதிரான அடியல்ல
அதிகாரத்தின் அடி. அதிகாரம்
யாரை அடிக்க ஏற்பாடானது?
ஒரு கன்னத்தில் அடித்தால்
இன்னொரு கன்னத்தைக் காட்டச்சொன்ன
பரமபிதாக்களும் தேசப்பிதாக்களும்
காலந்தோறும் கற்பிக்கிறார்கள்
அடி வாங்க
சொல்லுங்கள் தோழர்களே
அடிவாங்கிக் காக்கும் கொடிகளை
எத்தனை நூற்றாண்டுக்குத் தாங்குவார்கள்
குமரன்கள்?

ஆடோட்டி

ஆடோட்டும் மேரியம்மா
அழுததில்லை இன்றுவரை
கருவ முள் தைத்து
கால்கடுத்த வேளையிலோ
புருஷன் தனை விட்டுப்
புகையாகிப் போகையிலோ
சொட்டுக் கண்ணீரையும்
விட்டதில்லை அவள் கண்கள்
மாமியார் கொடுமை செய்ய
மனசொடிந்து போனதுண்டு
நாத்தனார் ஏளனத்தில்
நாண்டுகொள்ள நினைத்ததுண்டு
பெற்றெடுத்த பிள்ளைகளே
பேசாமல் பிரிந்த பின்னும்
தத்தெடுத்த ஆடுகளால்
தலை நிமிர்ந்து வாழுகிறாள்
உற்றாரின் உதவிகளில்

ஒருசாண் வயிறடங்க
சுருங்கிய பொழுதுக்குள்ளே
சுருண்டதில்லை அவள் இதயம்
ஒளியிழந்த கண்களுக்குள்
உறக்கத்தைப் புதைத்த அவள்
பட்டியிலே படுத்திருப்பாள்
பாவிகளை மன்னித்து
கால விரல் நரை எழுத
கால்விரலும் நடு நடுங்க
காத்திருப்பாள் நள்ளிரவில்
கர்த்தர் வரக்கூடுமென்று

மேலே உள்ளவர்கள்

மேல் தளத்திலுள்ள கட்டில்
கிறீச்சிடும் சத்தத்தில்
எத்தனை நாளைக்குத்
தூங்காமலிருப்பாள் ஒரு விதவை?
கீழுக்கும் கீழே உள்ளவர்களை
யோசிக்க மறுப்பவர்கள்தான்
எப்போதுமிருக்கிறார்கள் மேலே

என்ன செய்ய?

முருகேசன் இப்போது
முட்டை வியாபாரி
ஐ.ஏ.எஸ். கனவு அம்பேலானதும்
உகந்த தொழிலுடன்
உட்கார்ந்து கொண்டான்
கணக்கில் அவனைப் புலியென்று
கருமாத்தூர் வாத்தியாரே சொல்வார்
ஆங்கிலத்திலும் அவனே சிங்கம்
இன்றுபோல் அன்றவனுக்குத்
தொந்தியில்லை
யாருடனும் பழகுவான் இயல்பாக
எதிர்பாரா நேரத்தில் உதவுவான்
உலக அறிவில் கில்லாடி
சோப்பு டப்பாவில் கப்பலை
சூரிய சக்தியில் மின்விசிறியை
ஓடவைத்து அசத்தினான் கல்லூரியை.
கூட்டத்திலேயே அவன்தான்
கூடுதல் அழகு நிறைந்த அறிவாளி
என்ன செய்ய?
முருகேசன் இப்போது
முட்டை வியாபாரி

பறவை

பெரும் புயலுக்குப்பின்
சாய்ந்துகிடக்கும் மரங்களில்
கூடுகட்ட எண்ணுபவை
பறவைகளே அல்ல

அதே அவள்

மறுபடியும் அவளைச் சந்தித்தேன்
மாற்றமில்லா அதே சிரிப்புடன்
இடுப்பிலிருந்த குழந்தையைப்போல்
பழைய கோபங்களையும்
இறக்கிவிட்டாள்
அத்தானை அறிமுகம் செய்தாள்
வசதியோடுதான் வாழ்கிறாளாம்
அம்மா மாதிரியே நடத்துபவள்
அத்தையாக வாய்த்தது
அதிஷ்டத்திலும் அதிஷ்டமாம்
விரைவில் குழந்தைகளுக்குக்
காது குத்தாம்
மனோன்மணி டீச்சரை
இடையில் சந்தித்தாளாம்
மடுவங்கரை ஏரி மீனென்றால்
இப்பவும் ஊறுகிறதாம் நாக்கு
பேசிக்கொண்டே இருந்தவள்
இடையில் விழுந்த
இரண்டு சொட்டுக் கண்ணீரைத்
துடைத்துக்கொண்டு சொன்னாள்
கண்ணில் விழுந்துவிட்டதாம் தூசி
காரணம் ஒன்றுமில்லையாம்

நல்லறச் சாலை

யாரோ சொல்லி யாரோ கேட்டு
யார் யாரோ சேர்ந்து யாருக்காகவோ
உருவாக்கிய சாலையில்தான்
நம்முடைய கால்களும்

நிழல்சோற்றைக் கையிலேந்தி
இருமருங்கும் எழுந்துநிற்கும் மரங்களோ
இன்றைய உயிர்களுக்காக
என்றைக்கோ சிந்தித்தவை

இவ்வழியே யார் வருவார்
இவ்வழியே யார் போவார்
யூகித்துச் செய்திருந்தால்
இத்தனை சாலைகளும்
இத்தனை இத்தனை ஊர்களும்
எழில் பூக்க அமைந்திருக்குமா?
ஓரிடத்தில் குறுகலாகவும்

இன்னோரிடத்தில் அகலமாகவும்
அதனதன் இயல்புப்படி
படுத்திருக்கின்றன சாலைப்பாம்புகள்

கொளுத்தும் வெயிலெனினும்
கொட்டுகிற மழையெனினும்
உள்வாங்கிச் செரித்துக்கொள்ளுமவை
உமிழ்ந்து விரட்டுவதில்லை நம்மை

ஒரு சாலையென்பது
போய்வருவதற்கான வழிமட்டுமல்ல
நமக்கு முன்னேயும்
நமக்குப் பின்னேயும் பதிந்த
பதியப்போகிற தடங்களின் தடயம்

சாலைகளின் பயன்பாடுகள்
வெவ்வேறாவை என்றாலும்
நோக்கமும் எதிர்பார்ப்பும் ஒன்றுதான்
ஒரு சாலையின் முடிவில்
தொடங்க வேண்டும்
இன்னொரு சாலை

சாலைகள் முடிவுறும் சமயத்தில்
வந்து சேர்பவை சமாதிகள்

அச்சம்

ஒன்றை இழந்தே இன்னொன்று
ஒன்றில் இருந்தும் இன்னொன்று
இன்னும் எத்தனை காடுகள்
அழியப்போகின்றனவோ
ஒரு நல்ல கவிதைக்காக

பாடுகளின் பாடல்

தெரியவில்லை.
எதிலிருந்தெல்லாம் விடுபடுவதென்று
சாப்பாட்டு ருசி, சரீரப் பசி
கூட்டிய வசதி, குறுகாத தேவை
பஞ்சமா பாதகங்கள்
பார்வையில் ஆடம்பரம்
காரணம் புரியாமல்
கண்டதற்கும் ஏங்கி ஏங்கி
ஊளைச் சதை தொங்க
ஓடக்கூட முடியவில்லை
விடுபட வேண்டும்தான்
வெறிகளை விட்டொழித்து.
குழந்தையாயிருக்கையில்
குமரனாயிருக்கையில்
இப்படியில்லை
இப்போதுதான் இந்தப்பித்து
யாரோ துரத்துவதும்
எதற்கோ ஓடுவதும்
விட்டுவிடுங்கள் என்னையென்று
விழிபிதுங்கப் பிதற்றுவதும்
அம்மையும் அப்பனும்
சும்மா இருந்திருந்தால்
ஏற்பட்டிருக்காது இத்தனை கேடு
படவேண்டி வந்திருக்காது
இத்தனை பாடு.

மழை

எல்லா நன்மைகளையும்
ஏந்தி வருகிற மழையை
யாராவது கூப்பிட்டிருக்கிறோமா?
வீட்டுக்குள்

ஜெயம்

கூடைப்பந்து விளையாடுவோமா
கொஞ்ச நேரம்.
காவ்யா கேட்டுவிட்டால் மறுப்பேது?
ஆட்ட விதிமுறைகள்
அப்பாவுக்குத் தெரியாது
பந்து வந்தால் அடிப்பேன்
பறந்துவிட்டால் எடுத்துப்போடு
யார் முதலில்
எங்கே நிற்பது
எது எது தவறு
சகலமும் சொல்லித்தர
தெரிவித்தாள் சம்மதம்.
விரைந்து விரைந்து
தட்டினேன் பந்தை
வேர்த்து வழிந்தது
மூச்சிரைக்க அவளுமே
முயற்சியை மேற்கொள்ளச்
சட்டென்று சொல்லத் தொடங்கினாள்
இப்பொழுதே முடித்துக்கொண்டால்
இருவருமே ஜெயித்ததாக
அர்த்தமென்று.

இயற்கை

ஒரு துக்க செய்திக்குப்பின்
நீங்கள் மல்லாந்து ரசிக்கக்கூடியதாக
இருப்பதில்லை
நிலவோ விண்மீன்களோ
உங்கள் முகமோகூட

ஜீவனம்

எழுதிக்கொண்டேயிருந்தால்
எப்போது சாப்பிடுவது
அடுக்களைக்குள்ளிருந்த
அவளிடமிருந்தே அந்தக் குரல்
ஏற்கனவே அல்சர்
ஏற முடியவில்லை படிக்கட்டில்
மருத்துவர் சொன்னது
மறந்தே போச்சா
பசியே எடுக்காதா உங்களுக்கு
பதிலாவது சொல்லக் கூடாதா
என்னதான் இருக்கிறது
அந்த எழுத்தில்
வந்துவிட்டுப் போனால்
வேலை முடியுமே
எழுதிக்கொண்டேயிருந்தால்
எப்போது சாப்பிடுவது?
அவள் கவலை அவளுக்கு
எழுதி எழுதிப் பிழைத்த
எனக்குத்தான் தெரியும்
எழுதாமல் இருந்தால்
எப்படிச் சாப்பிடுவது?

இன்னொன்று

அகல்விளக்கை
ஏற்றிக்கொண்டிருந்த காவ்யா
கேட்கத் தொடங்கினாள்
ஒரு சூரியனிலிருந்து ஏற்ற முடியுமாப்பா?
இன்னொரு சூரியனை

மழையோ மழை

மழையில்லை.
மழையோ மழை. பெருமழை
ஊரே மூழ்குமளவுக்கு
உக்கிரமாய்க் கொட்டித்தீர்த்தது
சன்ன மழை பார்த்து
சன்னலில் ரசித்தவர்கள்
மழை போட்ட போட்டில்
மரண ஓலம் இட்டார்கள்
குளங்களைத் தூர்த்து
வீடாக்கியவர்கள்
வீடே குளமாவது கண்டு
விக்கித்துப் போயினர்
செயலிழந்த அரசாங்கம்
செய்வதறியாது சிக்கிக்கொண்டது
மும்மாரியும் சேர்ந்து பெய்ததை
அரசியிடம் சொல்லவில்லை
அமைச்சர் பெருமக்கள்
மரம் வளர்த்தால்
மழை உண்டு என்றோரும்

மரமாகிப்போனார்கள் பதட்டத்தில்
இப்படிப் பெய்யுமென்று
எண்ணவே இல்லை
எச்சரிக்கை கொண்டிருந்தால்
இழப்புகள் வந்திருக்காது
ஆளுக்கொரு வாதம்
அனலாய்ப் பறக்கும் அதே நொடியில்
நிவாரணப் பொருள்வாங்க
வரிசையில் நிற்கின்றன
மாமழையைப் போற்றிய
மன்னனின் வாரிசுகள்.

மனிதம்

இவ்வளவு கறாராகப்
பேரம் பேசிய ஒருவனுக்குக்
கொசுறு வழங்கக்கூடிய பூக்காரம்மா
அந்த நேரத்தில் நுகர வைக்கிறாள்
மனித வாசனையை

ஞாபகம்

அடிநெஞ்சில் உன் நினைவு
அமைதியின்றி விசும்புகிறேன்
கிட்டத்தில் நீயிருந்தால்
கேட்டிருப்பாய் என்னவென்று
பாம்படமாய் ஆடுமிந்தப்
பரிதவிக்கும் ஆசைகளைக்
கொட்டித் தீர்க்குமொரு
கொடுப்பினையும் எனக்கில்லை
என்ன நாம் செய்துவிட்டோம்
ஏனிந்தப் பிரிவினையோ
சொல்லாப் பெருந்துயரில்
சுட்டெரிக்கும் உன் பிரியம்
பிரிவும் காதலென்று
பேசுவது முறையில்லை
எல்லாப் பொழுதையுமே
எடுத்துக்கொண்டு நீ போக
செல்லாய் அரிக்கிறதே
சிநேகத்தைக் கரையான்கள்

ஆறு

நெல்லுக்கே களஞ்சியமென்று
பெயரெடுத்த ஊர்தான்
சோத்துக்கு வழியில்லாத சோகத்தில்
லோடுலாரிகளில்
கொஞ்சம் கொஞ்சமாக
அனுப்பிக்கொண்டிருக்கிறது
ஆறுகளை

போகி

அதிகாரத்துக்கான போட்டி
அதிகமாகிவிட்ட ஊழல்
இருந்ததையும் பிடுங்கிக்கொண்ட
சர்ஜிகல் ஸ்டிரைக்
நாடே குப்பையாய்க் கிடக்க
எதை எரிப்பது
இந்த போகியில்?

ஒப்புமை

போகன் சங்கரின் ஒரு கவிதை
கல்யாண்ஜியை ஒத்திருந்தது
சமீபத்தில் வாசித்த கு.உமாதேவியிடம்
காணக்கிடைத்தார்கள்
சுகிர்தராணியும் சே.பிருந்தாவும்.
லேசான மலையாள த்வனியை
கைவிடுவதேயில்லை சுகுமாரன்.
தேவதச்சன், யுவன், தேவதேவன்
பிரமிளின் பிரதம சீடர்கள் போல
எண்ணிக்கையிலும் உழைப்பதிலும்
மனுஷ்யபுத்திரனுக்கு மாற்று யாரோ?
சமயவேலும் சுயம்புலிங்கமும்
சமயம் கிடைக்கையிலெல்லாம்
சபாஷ்போட வைக்கிறார்கள்
விக்ரமாதித்யனை சி.மோகனை
வித்யாஷங்கரை விட்டுவிடுவது எளிதல்ல
அபிலாஷும் ஆத்மார்த்தியும்
அவ்வப்போது
பொட்டில் அறைகிறார்கள்
என்ன மாதிரியான புத்தியிது
ஒருவரில் இன்னொருவரைத் தேடுவது
அந்த இன்னொருவரில்
இன்னும் இன்னும்
ஒருவரைத் தேடுவது?

தூரப்பார்வை

முன்னே நடந்துபோகும்
அந்தப் பெண்ணுக்கும் உன்போலவே
மிக நீண்ட கேசம்
இம்மியும் பிசிறில்லாமல்
உனையொத்த சிரிப்புகளில்
நேற்றொருத்தி குலைத்துப்போனாள்
நிம்மதியை
பித்த வெடிப்பை மறைப்பதற்குப்
பின்னங்காலில் மருதாணியிட்ட
யாரோ ஒரு யுவதியின் கொலுசுகளும்
பேசிப் போயின உன்னை
மெல்லிய கிறக்கத்தோடு
ஹலோ சொல்லிய இன்னொருத்தி
வாராவாரம் மேற்கொள்கிறாள்
விசாரணையை
மணி கேட்டவள், துணி விற்பவள்
மகளுக்குக் கதை சொல்பவள்
உணவகத்து எதிர்மேசையில்
உட்கார்ந்திருப்பவள் என
எங்கும் எதிலும் உன் நினைவுகளில்
என்னை மூழ்கடிப்பவர்கள்
திரும்பத் திரும்பச் சொல்ல விழைவது
ஒன்றே ஒன்றுதான்
ஒருவரைப் பார்த்துக்கொள்ள
அருகில் இருக்க வேண்டிய
அவசியமில்லை

திதி

காவிரியால் பொய்த்துப்போன
சம்பாவையும் குறுவையையும்
கண்ணீரில் அறுவடை செய்பவர்கள்
பண்டிகையாயிருந்த பொங்கலை
கொண்டாடிக்கொண்டிருக்கிறார்கள்
திதியாக

நல்ல

கவனிக்கத்தக்கன
நல்ல என்று ஆரம்பிக்கும்
சொற்றொடர்களை
நல்ல ஆள் நல்ல அரசு
நல்ல நிகழ்ச்சி நல்ல நடனம்
நல்ல தூக்கம் நல்ல கனவு
நல்ல வாழ்க்கை நல்ல மனைவி
நல்ல கணவன் நல்ல குடும்பம்
நல்ல குழந்தைகள்
நல்ல மழை நல்ல குளிர்
நல்ல தண்ணீர் நல்ல காற்று
நல்ல சாமி நல்ல மேய்ப்பன்
நல்ல உணவு
நல்ல புணர்ச்சி
நல்ல என்ற சொல்லை
கண்டுபிடித்த முதன் மனிதனே
தொடங்கியிருக்கக் கூடும்
கெட்டதை

நல்ல சினிமா

முப்பது வருடத்துக்கு
முன்பு பார்த்த ஒரு திரைப்படம்
அகலுவதில்லை நினைவிலிருந்து
பார்க்க நேர்ந்த திரையரங்கம்
வாங்கப்பட்ட டிக்கெட்டின் விலை
நடித்த முகங்கள்
நகைச்சுவைத் துணுக்கு, வசனம்
கேட்கப்பட்ட பாடல் வரி
கிளர்த்திய இசைக்குறிப்பு
அவ்வளவு ஏன் அதைப் பார்த்தது
யாருடன் என்பது வரை
வைத்திருக்கிறோம் ஞாபகத்தில்
முப்பது வருடத்துக்கு
முன்பு பார்த்த ஒரு திரைப்படம்
அகலுவதில்லை நினைவிலிருந்து
ஏனெனில், முப்பது வருடங்களாக
அத்திரைப்படம் நம்மால்
சொல்லப்பட்டு வந்திருக்கிறது
நல்ல திரைப்படமாக

நல்ல வேளை

நல்ல வேளை
நீங்கள் வந்தது என்பவர்கள்
நமக்காகவே வைத்திருக்கிறார்கள்
ஒரு வேலையை

நல்ல வேளை
உங்களைப் பார்த்தது என்பவர்கள்
நெருக்கடிகளை உணர்த்தி
நம்மிடமிருந்து கோருகிறார்கள்
உதவியை

நல்ல வேளை
சிலரைப் பார்த்தும்
பாராததுபோல போவது

நல்ல வேளை
சிலர் நம்மோடிருப்பதும்
சிலர் நம்மோடு இல்லாததும்

நல்ல வேளையை
நம்பத் தொடங்கியவர்கள்
ஒரு பொழுதும் சிந்திப்பதில்லை
சமூகக் கேடுகளை

நல்ல நடப்பு

யார்தான் சொல்லவில்லை
நல்லதே நடக்குமென்று
பரமபிதா தொடங்கி
பக்கத்துவீட்டு அய்யர் வரை
எத்தனையோ பேர்
எத்தனையோ முறை
சொல்லிவிட்டார்கள்
கி.மு., கி.பி., தாண்டி
மொழி இனம் கடந்து
முழு பிரபஞ்சமும்
அந்த ஒரு வாக்கியத்தை ஏனோ
அப்படி நம்புகிறது
குஷ்டரோகிகளும்
குரோதமுள்ளவர்களும்கூட
அவ்வாக்கியத்தால் அடைகிறார்கள்
ஆறுதலை
நடந்தால் நல்லதென எண்ணி
இறுதிவரை ஒருவருமே சொல்வதில்லை
நடவாத நல்லதுகளை

நல்ல நேரம்

நல்ல நேரத்தைக்
கணித்துத்தரும் ஒருவர்
அக்காரியத்தையும் நல்ல
நேரத்தில்தான் செய்கிறாரா?
தேவைக்கேற்ப
கணிக்கப்படுவதுதான் எல்லா
நல்ல நேரங்களும்
நல்ல நேரத்திலும் ஒரு சிலர்க்கு
வந்துவிடுகிறது மரணம்
ஓரிரு உச்சிக் கோபுரங்களும்
உடைய நேர்ந்தது நல்லநேரத்தில்தான்
நல்ல நேரம் முடிவதற்குள்
சடங்குகளைச் செய்வது
விசேஷம் என்பதிலும் பார்க்க
நல்ல நேரம் பார்ப்பதே சடங்காகிவிட்டது
எப்படியும் வந்துவிடும்
நல்ல நேரமென்று காத்திருக்கிறோம்
துல்லியமில்லாத கடிகாரங்களை
பார்த்தபடி

நல்ல மகசூல்

உரத்தைக் கொட்டிக்கொட்டி
உருக்குலைத்துவிட்டபின்
பூச்சிகளே இல்லையென்று பூரிப்பதா
விவசாயமே இல்லையென்று வெம்புவதா
வணக்கத் தோன்றுகிறது
வாழச் சொல்லிக்கொடுத்த
நம்மாழ்வாரை

நல்ல அரசு

யாருமே சொல்லித்தராமல்
அரசை எப்படிப் பார்ப்பதென்று
அறிந்திருக்கிறார்கள் மக்கள்

பேரிடர் நிகழ்வுகளில்
நிவாரணம் தருவதாக
பிஞ்சுக் குழந்தைகளைப்
போலியோவிலிருந்து காப்பதாக

சொட்டு மருந்துகளால்
நோயைத் துரத்துவதாக
போர்க் காலங்களில்
சோற்றுப் பொட்டலங்களை
விமானத்திலிருந்து போடுவதாக

கௌரவம்மிக்கவர்களுக்கு
தபால்தலை வெளியிடுவதாக

யாருமே சொல்லித்தராமல்
அரசை எப்படிப் பார்ப்பதென்று
அறிந்திருக்கிறார்கள் மக்கள்

அதே அரசுதான்
யார் யாரோ சொல்லித்தர
மக்களையும்
பார்த்துக்கொண்டிருக்கிறது

கொடுமை பொறுக்காமல்
குண்டு வைப்பவர்களாக
வயிற்றெரிச்சல் தாளாமல்
வம்பு செய்பவர்களாக

ஏறு தழுவ எந்த இடத்திலும்
கூடுபவர்களாக
ஆற்று நீர் வேண்டுமென்று
அடம்பிடிப்பவர்களாக

வேற்று மதங்களும்
உரிமையே என்பவர்களாக
வெளியே தெரியாமல்
மாட்டுக் கறி உண்பவர்களாக

நல்ல தலைவர்

இளந்தோழர்கள் இப்போது
சொல்லி வருகிறார்கள்
நல்ல தலைவர்கள் அருகிவிட்டதாக.
தொண்டர்களும் கூட.
காலம் அவர்களைக்
கலைத்துவிடுகிறது கருவிலிருந்து
சிக்கிக்கிடக்கிறார்கள் அவர்களும்
சிறுமைக்குள்
அவர்கள் தேட முனைவது
எதிர்பார்ப்பை அல்ல எதிரிகளை
நோக்கங்களில் பிறழ்ந்து
நோயுற்றுக் கிடக்கிறது
அவர்கள் மனோநிலையும்
அவர்கள் வழிகாட்டக் கூடிய
சக்தியை இழந்து
வேறு வேறு வழிகளில்
விரும்புகிறார்கள் முன்னேற
அவர்கள் தங்கள் கட்சியை
விற்கவும் வாங்கவும் தோதான
வணிக நிறுவனமாக நடத்துவதால்
கொள்கைகளை உற்பத்தி செய்கிறார்கள்
ஒரு நல்ல தலைவர்
இப்போது இருக்கிறார்
நல்ல வியாபாரியாகவும்

நல்ல மரணம்

அகாலத்தில் ஒருவருக்கு
மரணம் சம்பவித்துவிட்டால்
அப்போதே அவர் ஆகிவிடுகிறார்
விமர்சனத்திற்கு அப்பாற்பட்டவராக

அவர் கிடத்தப்பட்டிருக்கும் கூடத்தில்
யார் ஒருவரும் தயங்குவார்கள்
அவருடைய குறைகளைச் சொல்ல

சொத்து நிரம்பியவர் எனில்
சொந்தங்களின் அழுகுரலில்
நிஜத்திற்கான வாய்ப்புகள் குறைவு

தனக்கு முன்னே போய்விட்டதாக
கணவனோ மனைவியோ
தொடங்குவார்கள் கதற

ஒரு நல்ல கணவனோ
ஒரு நல்ல மனைவியோ
தன்னை நிரூபிக்க
ஒருவருக்கு ஒருவர் ஏன்
முன்னே போக எண்ணுகிறார்களோ

நல்ல என்றால்
அது முன்னேதான் இருக்கவேண்டும்
மரணத்திலும்

நல்ல கடை

நல்ல கடை என்று
சொல்லப்படுகிற கடையிலும்
இல்லாமல் இல்லை
ஏமாந்த அனுபவம்
குறைந்த விலை ஒரு கடையை
நல்லதாகக் காட்டுகிறது
நல்ல கடையில் வாங்கப்படுவது
குறைந்த விலையைக் கொண்டிருக்குமா
எனவும் கேள்வியுண்டு
அடுக்கப்பட்ட அழகு
பழக்கப்பட்ட கடை ஆள்
பொருத்தப்பட்ட விளக்கு
சலிக்காத உபசரிப்பு
சங்கடமில்லாத வீடு திரும்பல் என
ஒரு நல்ல கடையை நாமே
உருவாக்குகிறோம்
அந்த நல்ல கடையை வைத்திருப்பவர்
அதிலிருந்து எதிர்பார்ப்பது
வேறு எதையுமல்ல
நல்ல வருமானத்தை

நல்ல குடி

தெருவில் மயங்கிக்கிடந்தவர்
தெளிந்து எழுந்த பின்
ஏசத்தொடங்குவார் நல்ல குடியை
அவரைப் பார்த்து அவரே
ச்சே என்றும் ச்சீ என்றும்
பிதுக்குவார் உதடுகளை
அழுக்கடைந்த உடைகளைக் கவனித்து
அவருக்கு அவரே பிடிக்காமல் போக
அங்கிருந்து கிளம்புவார் வீட்டுக்கு
நல்ல குடியைத் தலைமுழுகி
நல்ல ஒருவராக விடுபடுவார்
அருவருப்பிலிருந்து
மீண்டும் அவர் நல்ல குடியை
நெருங்காமல் இருக்க
ஒத்துழைக்க வேண்டும் சூழல்
அல்லது அவர் நேற்று குடித்த
குடியை மறக்குமளவுக்கு
இன்றைய குடியையும்
ஆக்க வேண்டும்
இரண்டு மடங்கு நல்ல குடியாக

நல்ல தாய்

தன் எல்லா குழந்தைகளையும்
கிணற்றில் எறிந்தவளுக்குத்தான்
இலக்கியம் பெயர் வைத்தது
நல்ல தங்காளாக

நல்ல கூட்டம்

தேர்த் திருவிழாவில்
ஒருவருக்கு ஒருவர் சொல்லிக்கொண்டார்கள்
நல்ல கூட்டமென்று
நெருக்கியடித்த நெரிசலுக்குள்
கைகளும் கால்களும் நசுங்காமலில்லை
களேபரத்தில் முதிய பக்தர்களுக்கு
மூச்சுத் திணறியது
சிறு குழந்தைகளில் இரண்டொன்று
காணாமல் போயின
இந்தத் தெரு அந்தத் தெரு
சண்டைகளும் நிகழ்ந்ததுதான்
யார் முந்தியென்று
முண்டியடித்ததில் முட்டி பெயர்ந்தது
ஒரு சிலர்க்குக்
கூட்டம் பார்க்க சாமியும்
சாமி பார்க்கக் கூட்டமும்
அடியடித்துக்கொண்ட பிற்பாடும்
அந்தச் சனங்கள்
சொல்லிச் சொல்லி மாய்ந்தார்கள்
நல்ல கூட்டம் என்று
நல்ல கூட்டம் என்றால்
ஒருவர் இன்னொருவரை ஏன்?
இரக்கமின்றி தள்ள வேண்டும்
கீழே

நல்ல தேநீர்

உடல் சோர்ந்து உட்காருகையில்
கோப்பை நீட்டும், உங்கள்
அம்மாவோ மனைவியோ
இதுவரை குடித்ததில்லை
ஒரு நல்ல தேநீரை
கொஞ்சம் ஆறியோ
கொஞ்சம் தித்திப்பு கூடியோதான்
குடித்து முடிக்கப்பட்டிருக்கிறது
அவர்களுடைய குவளை
அவர்கள் அவர்களுக்கான தேநீரை
ஒருநாளும் தனித்துத்
தயாரித்துக்கொள்வதில்லை
ஏற்கனவே இட்டதையோ
இடம்பெறும் மீதத்தையோ
பருகியே பழக்கப்பட்டது
அவர்கள் உதடு
ஒவ்வொரு முறையும்

ஒரே பதத்தில் தேநீரைத் தர
அவர்கள் எடுக்கும் முயற்சி
பெரும்பாலும் தோற்றுவிட
ஒரு நல்ல தேநீரென்பது
உண்மையில் எங்கிருக்கிறது?
கொடுக்கப்படும் கைகளிலா
குடிக்கப்படும் உதடுகளிலா

நல்ல நடிகர்

நம்பிக்கைக்கு நெருக்கமாக
ஒருவரால் நடிக்க முடியுமெனில்
அவரே புகழப்படுகிறார் நல்ல நடிகராக
விதவிதமாக அவர் போடும்
ஒப்பனைகளைத்தாண்டி, அவர்
நல்ல என்னும் சொல்லை வெல்ல
திரும்பத் திரும்பக் காட்டுகிறார் நடித்து
தன்னிடமுள்ள நிஜங்களை
தன்னிலிருந்து முற்றிலுமாக அப்புறப்படுத்த
சதா ஈடுபடுகிறார் ஒத்திகைகளில்
இயல்பை முற்றிலுமாக உதறிய
அந்தக் கணத்திலிருந்து
அவர் அறியப்படுகிறார்
நல்ல நடிகராக

நல்ல வார்த்தை

ஒரு வார்த்தையைக் கேட்ட பின்
ஒருவர் உயிரோடிருக்க
விரும்பவில்லையெனில்
அந்த வார்த்தையை
யார்தான் கருதுவார்கள்
நல்ல வார்த்தையாக?
நஞ்சு நிரம்பிய குப்பியை ஒத்ததே
குரூரம் அடங்கிய எவ்வார்த்தையும்
பிரயோகிக்கையில் தெரிவதில்லை
எந்த வார்த்தை வெல்லும்
எந்த வார்த்தை கொல்லுமென
காதலைப் பரிசளித்த வார்த்தையோ
காலத்தைப் பிரதிபலித்த வார்த்தையோ
வெளிப்படுவது நம்முடைய
தீர்மானத்திலிருந்தா
எதிர் வார்த்தையை
ஏற்படுத்தத் தெரியாதவர்களே
விழுகிறார்கள் தூக்கிலும் ரயிலிலும்.
நல்ல மாட்டுக்கு
ஒரு சூடு

நல்ல அழுகை

அளவுக்கு
அதிகமாகவே செலவழிகிறது
நல்ல என்னும் சொல்லை அடைய
சகாய விலைக்குக் கிடைப்பதில்லை
ஒரு நல்ல புத்தகம்
எண்ணி மேசையில் வைக்க
இயலாதவர்களுக்கு நல்ல உணவை
யாராவது இடுகிறார்களா?
நல்ல என்னும் சொல்லை அடைய
எதிர்கொள்ள வேண்டியிருக்கிறது
இழப்புகளை
எப்பாடுபட்டேனும்
நல்ல என்னும் சொல்லை ஒருவன்
அடைந்துவிடுகையில்
காலமும் அவனைப் பார்த்துக்
கொட்டத் தொடங்குகிறது
கண்ணீரை

எதிர்ப்பு

இரும்புக்கரங்கொண்டு
அடக்குகிறவர்கள் உள்ளவரை
இருந்துகொண்டுதான் இருப்பார்கள்
தீவிரவாதிகளும்

அமுதா

ஊர்க்கூடி வைக்கும்
அய்யனார் பொங்கல்
இந்த வருடமும் இல்லாமல்போனது
ஆணவக்கொலையில் செத்துப்போன
அமுதாவை முன்னிட்டு

இயல்பு

வருமானத்திற்கு அதிகமாகப்
பாவங்களைச் சேர்ப்பவர்களையும்
உள்ளடக்கியதுதான்
இந்தத் தேசமில்லையா?
இருப்பதைக் கொண்டு
வாழ முடியாதவர்கள்
இன்னும் கொஞ்ச நாளில்
இயல்பாகச் செய்யலாம்
கொலைகளையும்

ஜலம்

தண்ணீர்தானே
கொடுத்தால் என்ன என்று
சொல்லும்படியா
இருக்கிறது இப்போது
இன்னமுமே நம்பத்தான் வேண்டுமா
நதிக்கரையில் வளர்ந்ததுதான்
நாகரிகமென்பதை
போய்வா நதியலையே பாடலை
ஒரு கன்னடத்துப் பைங்கிளியால்
பாடமுடியுமா இன்று
காசைத் தண்ணீராகச்
செலவு செய்வதைக் கண்டித்த
நம்முடைய பெரியவர்களுக்கு
இருதய நோயேற்பட்டது
விலைகொடுத்துத் தண்ணீரை
வாங்கியதிலிருந்துதானா
தண்ணிப்பட்ட பாடென்றோ
தண்ணிக்கில்லை தீட்டென்றோ
இனியும் சொல்வார்களா யாராவது
தண்ணீரில் முங்கி மரித்ததுபோகத்
தண்ணீருக்காக மரிப்பதும் இயல்பா
அளந்து வழங்கப்படும்
அமுதமாகிவிட்டதா தண்ணீரும்
நீராலமைந்த உலகுதான்
நெருப்பையும் வைக்கிறது
ஈரமில்லாமல்

அவன் யார்?

இன்று விடுமுறையெனத்
தொங்கிக்கொண்டிருக்கும் பலகையை
எழுத்துக்கூட்டி வாசிக்கத் தெரியாமல்
விலையில்லா அரிசிக்கு
வரிசையில் நிற்பவனையும்
அழைக்கத்தான் வேண்டுமா?
விவசாயியென்று

அய்யம்

பேச நினைத்ததைத்தான்
பேசினோமோ பேசுகிறோமே என
ஒவ்வொரு உரையாடலுக்குப் பிறகும்
ஒட்டிக்கொள்கிற ஐயம்
ஒருவருக்காவது இல்லாமலிருக்கிறதா
எதையும் மிச்சமில்லாமல்
எதற்கும் அச்சமில்லாமல்
வாழும்படியா
இருக்கிறது இன்றைய பொழுது
ஆர்கனுக்கு ஏற்றது
ஆர்கானிக் உணவென்றால்
அதிக விலைக்குத்தான் விற்பார்களா
ஒருமணிநேரத்துக்கு
ஒட்டடையைக் காட்டுவதுதான்

நல்ல சினிமாவா
தேர்ந்தெடுத்த முதல்வரின்
தேக நலன்குறித்த வதந்திகளுக்குக்கூட
ஒரு அரசு பதில் சொல்லாதா
விசாரணைக் கைதிகளின்
கழுத்தை நெறிப்பதுதான் நீதியா
அனைத்துக்கட்சிகளையும் கூட்டாமல்
அணையைத் திறக்கவும் இயலாதா
செய்ய நினைப்பதையெல்லாம்
செய்யவிடாத காலத்தை
ஒன்று சேர்ந்து எதிர்த்தாலும்
ஒன்றுமே செய்ய முடியாதா
இந்தக் கவிதையின் இறுதிவரியும்
இப்படித்தான் முடிகிறது
எழுத நினைத்ததைதான்
எழுதினேனா எழுதுகிறேனா

பந்தயம்

புரிந்துகொள்ளப்படுவதிலிருந்து
உருவாக்கப்படும் அபிப்ராயங்களை
மாற்றிக்கொள்ளத் தேவைப்படுவதுதான்
வெற்றியும் தோல்வியும்

ரூபாயில் சிரிக்கிறார் காந்தி

ஏய்ப்பவர்கள் நிற்கவேண்டிய
எல்லா வரிசையிலும்
ஏழைகளை நிறுத்துகிற ஏக இந்தியா
சோத்துக்கில்லாதவனிடம்
சொல்லாமல் வசூலிக்கிறது
கருப்புப்பணத்தை
பித்தலாட்டப் பெரும்புள்ளிகள்
கட்டாத பணத்தையெல்லாம்
வட்டியோடு வாங்கப்பார்க்கிறது
பஞ்சப் பராரிகளிடம்
அதிக அதிகமாய்ச்
சொத்து சேர்த்தவர்களை
ஆட்சியிலே அமர்த்திவிட்டு
அன்னாடங் காய்ச்சிகளிடம்
ஆரம்பிக்கிறது விசாரணையை
கோடியிலே கொழுத்தவர்கள்
கொண்டுபோன மானத்தைத்
தேடிக்கொண்டிருக்கிறது
தேய்ந்தவனின் கோவணத்தில்
ஓட்டுக்கு மை வைத்தே
ஒன்றும் நடக்கவில்லை. அதற்குள்
நோட்டுக்கு மை வைக்க
நுழைகிறது நடவடிக்கை
பத்துக்கு நூறாக
பணமுதலை பெருத்திருக்க
ஒப்புக்குக் கணக்கெழுதி

உருப்படுமா இந்நாடு
ஒண்ணுக்கு வந்தால்கூட
ஒதுங்கவும் வழியில்லாத
வங்கிகளை வைத்துக்கொண்டு
எண்ணம் பலிக்குமென்று
எத்தனைநாள் பேசுவது?
ரூபாயில் சிரிக்கிறார் காந்தி
சிரிப்பாய்ச் சிரிக்கிறார்கள் மக்கள்

ஒரு காலம்

கையால் அடுப்புகட்டி
கரும்பால் வளைவமைத்து
கலர்கலராய்க் கோலமிட்டுப்
பொங்கலிட அரிசி களைந்த
சசி அத்தை சொன்னாள்
ஒருகாலத்தில்
பொங்கலென்றால் இருக்குமாம்
சந்தோசமாக

இனாம்

இரண்டு ரூபாய் ஏற்றிவிட்டாராம்
இஸ்திரி போடுபவர்
எப்பவும் போல அளவையில்
குளறுபடி செய்தார்களாம்
அமுதம் அங்காடியில்
கேன் வாட்டரிலும்
கிருமிகள் இருப்பதாக
யாரோ சொன்னார்களாம்
முகமே சரியில்லையாம்
ஸ்கூல்வேன் ஓட்டுபவர்க்கு.
சிலிண்டர் தீர்ந்துவிடுகிறதாம்
சீக்கிரமே. மேலும்
மீதமாகும் நூறு யூனிட்
மின்சாரக் கட்டணத்தில்
பழசான கம்மலுக்கு
பாலீஸ் போடணுமாம்
எளிய புகார்களோடும்
எளிய தேவைகளோடும் அவளிருக்க
எழுதிக்கொண்டிருக்கிறேன்
ஏகாதிபத்தியத்தை வீழ்த்தும்
இன்குலாப் கவிதைகளை

வேலை

ஆற்றுப்படுகைகளில்
அடுக்ககங்கள் வந்தபின்பே கிடைத்தது
சிவனாண்டி சித்தப்பாவுக்கு
செக்யூரிட்டி வேலை

பேய்ப் படம்

பேய்ப் படங்கள் ஓடுகின்றன
பிசாசுகளுக்கு மரியாதை
அச்சத்தை ஏற்படுத்தினால்
அரங்கம் நிறைகிறது
சாமிப் படங்களுக்குக்கூட
இவ்வளவு செல்வாக்கில்லை
அதிர்ச்சி, மிரட்டல், ஓலம்
அபாயம், குரூரம், வன்மம், கொலை
பழிவாங்கல், பதைபதைப்பு இவையே
இன்றைக்குத் தேவை
காதலித்த பெண்கள்
பூதமாக வருகிறார்கள்
மூர்க்கமான வில்லன்களை
மோதி மோதி மிதிக்கிறார்கள்
வெறிகொண்ட நர்த்தனம்
விளாசித்தள்ளும் சண்டைக்காட்சி
சாமி இல்லையென்று பேசிய
திராவிடப் பெரியார்
எங்கேயும் சொல்லவில்லையே
பூதம் இருப்பதாக.

இனிப்பு

இவ்வளவு விலையா
ஒருகட்டு கரும்பென்று
ஒரே ஒரு களியோடு
வீடு திரும்பிய கலியமூர்த்தி
இப்போதுவரை வாங்கியதில்லை
கரும்பு தின்னுமளவுக்கான
கூலியை

காதலிகள்: 01

என்னுடைய காதலிகளில் ஒருத்திகூட
என்னுடைய சினிமாப்பாட்டில்
வரவே இல்லை
கூப்பிட்டுப் பார்த்துவிட்டேன்
ஒருமுறைக்குப் பலமுறை
இதோ அதோ என்கிறார்களே தவிர
வந்தபாடில்லை
அவர்கள் வராமல் இருக்க
எதை எதையோ சொல்கிறார்கள்
விரதமிருப்பதாகவும்
விலா வலிப்பதாகவும்
அவர்கள் தள்ளிக்கொண்டே இருக்கிறார்கள்
தங்கள் வருகையை
இவ்வளவு கெஞ்சுகிறேனே
இரக்கமில்லையா என்றதும்
அவர்களில் ஒருத்தி சொன்னாள்
எப்படி வர முடியும்?
எல்லாப் பொழுதிலும் எங்களை நீங்கள்
நயன்தாராவாகவும் அமலாபாலாகவும்
கூப்பிட்டுக்கொண்டிருந்தால்

காதலிகள்: 02

என்னால் விடுபடவே முடியவில்லை
என்னால் காதலிக்கப்பட்ட பெண்கள்
உருவாக்கிய வலையிலிருந்து

யாரோ ஒரு நடிகையின்
அதரத்தில் தேடிக்கொண்டிருக்கிறேன்
அவர்கள் பேச்சில் வழிந்த ரசங்களை

ஊட்டி குளிரிலும்
கொடைக்கானல் மலைச்சரிவிலும்
என்னுடைய பாடல்களின் வாயிலாக
உணர்ந்துகொண்டிருக்கிறேன்
அவர்கள் அணைத்த பொழுதுகளை

கொடுமையிலும் கொடுமை என்னவெனில்
என்னுடைய காதலிகளுக்கு நானெழுதிய
உண்மையான பாடல்களைத்
தங்களுக்கு எழுதியதாக எண்ணி
இந்த நடிகைகள்
பாடிக்கொண்டிருப்பதுதான்

காதலிகள்: 03

என்னால் காதலிக்கப்பட்ட பெண்கள்
இந்த நடிகைகளைப்போல
எளிதாகத் தங்கள் மேனியைக்
கடந்தவர்கள் அல்ல

சாதாரண விஷயமாக
அவர்களால் எடுத்துக்கொள்ள முடியாது
ஓர் ஆணின் கை தன்மேல் படுவதை

அவர்கள் ஒருபோதும்
பார்வைக்குத் தருவதில்லை
உப்பிய மார்புகளையோ
உந்திச் சுழிகளைகளோ

முதல் காட்சியில் வெறுத்துவிட்டு
இரண்டாவது காட்சியில் காதலனோடு
அவர்கள் டூயட் பாடத் துணிவதில்லை

கூடவே கூடாதென்று
அப்பாவோ அம்மாவோ தடுக்கையில்
அவர்கள் பட்டென்று கிளம்புவதில்லை
வீட்டைவிட்டு

ஒருகட்டத்திலும் அவர்கள்
வில்லனாக வரும் அண்ணனையோ
அக்காள் புருஷனையோ பளாரென்று
கன்னத்தில் அறைவதில்லை

சாதியா முக்கியமென்று பக்கம் பக்கமாகப்
பேசுவதில்லை வசனங்களை

காவல் நிலையத்திற்கோ
ரிஜிஸ்டர் ஆபிஸிற்கோ துணிந்துவந்து
தங்கள் காதலை நிரூபிக்க
ஒற்றைக்காலில் நிற்பதில்லை

சொல்லப்போனால்
என்னால் காதலிக்கப்பட்ட
எந்தப் பெண்ணுக்கும்
சுட்டுப்போட்டாலும் வரவே வராது
நடிக்க

காதலிகள்: 04

என்னால் காதலிக்கப்பட்ட
பெண்களில் ஒருத்தியையாவது
இந்த நடிகைகள் அறிந்திருப்பார்களா

இதழ் வெளிற முத்தமிட்டு
இடையை இறுக்கிக்கொள்ளும் இவர்கள்
என்னுடைய காதலிகளின் காமத்தில்
ஒரு துண்டையேனும் ருசித்திருப்பார்களா

கதாபாத்திரங்களில் மட்டுமே
கவனத்தோடு இருக்கும் இவர்கள்
கைவலிக்க அழுக்குப் பாத்திரங்களைத்
தேய்த்திருப்பார்களா

வாசனைத் திரவியங்களோடு
வளையவரும் இவர்கள்
என்னுடைய காதலிகளின்
அக்குள் வேர்வையை அருவருப்பில்லாமல்
நுகர்ந்திருப்பார்களா

உள்ளாடை தெரிய உடுத்துமிவர்கள்
என்னுடைய காதலிகளின்
கிழிந்த பாவாடைகளை தைத்திருப்பார்களா

எவ்வளவு பெரிய முட்டாள்தனம்?
நடிகைகளில் நல்ல காதலிகளே
இல்லையென்பது

காதலிகள்: 05

வேதனைக்குரிய விஷயம்தான்
என்னுடைய காதலிகளின் சாயலில்
ஒரு நடிகைகூட இல்லாதிருப்பது
உங்களுக்குத் தோன்றவில்லையா
ஒரு சமூகமே
வெட்கித் தலைகுனியும்படியான
தகவல் இதுவென்று
பேச்சிலோ நடத்தையிலோ
ஒரு காதலியின் சாயலைக்கூட
கொண்டிராத நடிகைகள்
லட்சங்களிலும் கோடிகளிலும்
சம்பளம்பெறுவது ஏற்புடையதுதானா
எங்கிருந்தோ வந்து
என்னுடைய காதலிகளைத் தோற்கடிக்கும்
எந்த ஒரு நடிகையின் மீதாவது
இதுவரை ஒரு மோசடி வழக்காவது
பதியப்பட்டிருக்கிறதா
ஃபார் யுவர் இன்பர்மேஷன்
நடிகைகளைக் காதலிகளாகக் கொண்டாடும்
இதே வாலிபர்களும் வயோதிகர்களும்
ஏன் தங்களுடைய காதலிகளை
நடிகைகளைப்போல கொண்டாடுவதில்லை
யார் யாரையோ நடிகையாகப்
பார்த்துப்பழகிய ஒரு தொல்குடி சமூகம்
காரணங்களோடுதான் கைவிடுகிறதா
காதலிகளை

காதலிகள்: 06

நடிகைகளைப்போல
என்னுடைய காதலிகளும்
சிலசமயத்தில் பிரியப்பட்டிருக்கிறார்கள்
ஒப்பனை செய்ய
அழகாயிருந்த தங்கள் கூந்தலையும்
புருவங்களையும் கத்தரித்து
அதைவிட அழகாக
அவர்கள் செய்த முயற்சிகளை
எண்ணெய்ப் பிசுக்கடைந்த நான்
சொல்லிக்கொண்டிருப்பதை உங்களால்
சகித்துக்கொள்ள முடிகிறதா
விதவிதமான உடைகளை
யாரோ ஒரு புரடியூசரின் கரன்சியில்
வாங்கிக்கொள்ளும் பிரபல நடிகைகள்
என்னைப்போன்ற ஏழைக் காதலனை
எவ்வளவு வஞ்சிக்கிறார்கள் தெரியுமா
முகப்பொலிவை முன்வைத்து
என்னுடைய காதலிகள் பூசத் துணிந்த
ஃபேஸ் க்ரிம்கள் மீதும்
அதைப் பரிந்துரைத்த நடிகைகள் மீதும்
இத்தனை ஆண்டுகளில்
ஒரு நடவடிக்கைகூட இல்லையென்பது
சட்டத்திற்கு ஏற்பட்ட அவமானமில்லையா
ஒரு நடிகை
ஆட்சிக்கு வரக்கூடிய தேசத்தில்
காதலிகள் இப்படித்தான்
அசிங்கப்படுவார்களா?

காதலிகள்: 07

என்னுடைய காதலிகள்
நடிகைகளைவிட மேலானவர்களாக
நான் சொல்லிக்கொண்டிருப்பதால்
என்னை நீங்கள் காழ்ப்புணர்வுக்
கொண்டவனாகக் கருதுவீர்களேயானால்
உங்கள் காதலிகள்
உங்களை ஏமாற்றிவிட்டதாக அர்த்தம்
அல்லது நீங்கள்
யாரோ ஒரு நடிகையைக் காதலிக்கத்
தொடங்குகிறீர்கள் என அர்த்தம்
இந்த நேரத்தில் இன்னொன்று
ஒரு நடிகையை நீங்கள்
காதலிக்க ஆரம்பித்த
அந்தத் தருணத்திலிருந்து
எப்பேர்ப்பட்ட புகழுடைய
நடிகையும் ஆகிவிடுகிறாள்
சராசரி காதலிகளில்
ஒருத்தியாக

காதலிகள்: 08

என்னுடைய காதலிகளில் ஒருத்தி
ஒரு நடிகையின் கதையைச்
சொல்லத்தொடங்கினாள்
ஆரம்பகாலங்களில் அந்த நடிகையும்
என் காதலிகளைப்
போலவே இருந்திருக்கிறாள்
வறிய குடும்பத்தில்
வயிறார உணவுக்கும்
வழியில்லாத நிலையில்
அவள் துரத்தப்பட்டிருக்கிறாள்
பள்ளியிலிருந்து
பணம் கட்டவில்லை என்பதற்காக
அவள் ஆசைப்பட்டது எதுவுமே
அவளுக்குக் கிடைக்கவில்லை
வக்கீலாக நினைத்திருக்கிறாள்
ஏழைகளுக்கு உதவக்கூடிய தெரசாவை
அவள் தன்னுடைய வழிகாட்டிகளில்
ஒருவராகக் கருதியிருக்கிறாள்
அவளுடைய ஒரு பழைய புகைப்படத்தில்
இந்திராகாந்தியைப்போல சேலையுடுத்தி
காட்சியளிக்கிறாள்
அவள் வரைந்து வைத்திருந்த ஓவியங்களில்
மாயாவதியும் ஜெயலலிதாவும் மம்தாவும்
கூடுதல் அழகைக் கொண்டிருந்தார்கள்
தன்னுடைய இருபதாவது வயதில்
துருத்திக்கொண்டிருந்த முலைகளுக்காக

அவளும் வருந்தியிருக்கிறாள்
எந்த நேரத்திலும் ஆண்களால்
தன்னுடைய உயிருக்கோ உடலுக்கோ
ஆபத்து நேருமென்று
அறிந்து வைத்திருக்கிறாள்
இப்போது நான் உங்களுக்குச் சொல்வேன்
ஒரு நடிகையின் கதையென்பது
என்னுடைய காதலிகளின் கதையைப்போல
ஒரே ஒருவரால் மட்டுமே
வஞ்சிக்கப்பட்ட கதையல்ல

காதலிகள்: 09

என்னுடைய காதலிகளில் ஒருத்திக்கு
மணமுறிவு ஏற்பட்ட போது
அவள் தன்னை அந்த நடிகைக்கு
நிகராகச் சொல்லிக்கொண்டாள்
நடிகையின் மணமுறிவும்
தன்னுடைய மணமுறிவும்
ஒரு தளத்தில் வைக்கப்பட
வேண்டுமெனவும் வாதிட்டாள்
இந்த சமூகம் என்னுடைய
காதலிகளைப்போலத்தான்
இந்த நடிகைகளையும் வைத்திருக்கிறதா
விடுதலை உணர்வுகளை
வெளிப்படுத்தும் போதெல்லாம்
அவர்களை வீடுகளிலிருந்தும்
வேலையிலிருந்தும் விரட்டுகிறதா
ஆம். இதில் விவாதிக்க ஒன்றுமேயில்லை
அவள் நடிகையாயிருந்தாலும்
சராசரியாயிருந்தாலும் கக்கடைசியில்
கண்ணீரோடுதான் திரும்பக்கூடும்
என்னைப்போன்ற
மோசத்திலும் மோசமானவர்களால்
காதலும் கல்யாணமும்
செய்யப்படுகையில்

காதலிகள்: 10

என்னை வைத்துத்தானே
அந்தப்பாடலை எழுதினீர்கள் என
என்னுடைய காதலிகளில் ஒருத்தி
கேட்கத் தொடங்கினாள்
ஆமென்று சொல்ல அச்சமாயிருந்தது
இல்லையென்று சொல்ல துக்கமாயிருந்தது
எதுவும் சொல்லாமலிருந்தேன்
சொல்லாமலிருந்தால் தெரியாதா என
மீண்டும் அவளே எழுப்பினாள் கேள்வியை
உண்மையில் தெரிந்த பதில்களுக்கான
கேள்விகள் தெரியாததுபோலத் திரியே
தொடங்குகின்றன
ஒரு பெண் தன் எதிர்காலத்திற்காக
அறத்தையும் நம்பிக்கையையும்
கொன்றொழித்த குற்றத்தைப் போல
ஆமென்ற சொல்லிலும்
இல்லையென்ற சொல்லிலும்
ஏற்பட்டுவிடுகிற துயரங்களைப்போல
உங்களுக்குத் தெரியாததா என்ன
ஒரு நல்ல பாடல்
சிலவேளைகளில் இப்படித்தான்
காதலையும் காதலிகளையும்
விழுங்குமென்று

கார்ப்பரேட் சித்திரங்கள்: 01

எப்படியிருக்க என்பதைக் கூட
கண்பார்த்துக் கேட்க மனமில்லாதவளை
இன்னுமே காதலிப்பதாகச் சொல்கிற
பத்மநாபனுக்கு வயது
நாற்பத்து ஏழு

பிறிதொரு பெண்ணைச்
சிநேகிக்க முடியாத வெக்கையில்
சிலபல கோடைகளை அவன்
கடந்துவிட்டான்

பிறிதொரு சிரிப்பை
ஏற்க இயலாத கடுங்குளிரில்
அவனுடைய மார்கழிகளும்
அவிந்து போயின

ஒரே ஒருமுறைதான்
உள்ளத்திலும் ஒருத்தி தானென
எத்தனையோ பத்மநாபன்கள்
நரைகூடி எய்துகிறார்கள்
கிழப்பருவம்

நாதியற்ற பிரியங்களுடன்
நாயாய் பேயாய் அலையுமிவர்களை
நடுவீதியிலோ தண்டவாளத்திலோ
கழுத்தறுத்துப் போடுகிறது
கார்ப்பரேட் சமூகம்

கார்ப்பரேட் சித்திரங்கள்: 02

யார் வர வேண்டும்
யார் இருக்க வேண்டும்
யார் யாரோடு கூட்டு
யாருக்கு யார் எதிர்ப்பு என்பதையும்
தீர்மானிப்பவராகத் தெரிகிறார்
கார்ப்பரேட் கடவுள்

காய்ச்சலில் டெங்கு
ஷேர் மார்க்கெட் பங்கு
காய்கறி விலை
கசாப்பை உண்ணும் உரிமை
தூக்குத் தண்டனை
தொடர் குண்டுவெடிப்பு

அசம்பாவிதங்கள் அத்தனையும்
அவராலே என்னும் போது
எதற்காக வெட்டிக்கொண்டு சாகிறோம்
நீயும் நானும்?

கார்ப்பரேட் சித்திரங்கள்: 03

சதா சிரித்து
சகலரையும் கையேந்த வைக்கும்
கார்ப்பரேட் பைத்தியங்களை
அடக்கவோ மடக்கவோ
ஆகவில்லை ஒருவராலும்

குழந்தைகளுக்கு
வாங்கித்தரும் பதார்த்தங்களை
குடும்பப்பெண்கள் பூசுகிற
மையை மஞ்சளை
குடிகாரர்களின் சரக்கை
தனதாக்கிக்கொள்கின்றன
அந்தப் பைத்தியங்கள்

மேலும் அப் பைத்தியங்களை
அனுமதிக்க முடியாதென
உளறிக்கொண்டே திரிகிறது
பைத்தியக்கார உலகம்

கார்ப்பரேட் சித்திரங்கள்: 04

இன்றைய வேலையை
இன்றே செய்வது
நன்றாய் இருக்குமாம்
நாளைக்கு

லாக்கரில் வைக்க நகைகளை
நாக்கு செத்த பின் சுவைகளை
எதற்கென்று கேட்கத் தோணாமல்
வாங்கி வாங்கிக் குவிக்கிறாள்
ரேணுகா சித்தி

மூத்திரத் துணி துவைக்க
முகம் சுழிக்கும் தலைமுறை
பேம்பர்சுக்குச் செலவழிக்கும் காசில்
பெத்து வளர்க்கலாம்
இன்னுமிரண்டு குழந்தைகளை

அகப்பட்டதை விடுத்து
அண்ணாந்து பார்ப்பதே
வாழ்க்கை என்றாக
மல்லாக்கப் படுத்துத் துப்புவதை
மார்டன் என்கிறது
கார்ப்பரேட் கலாச்சாரம்

கார்ப்பரேட் சித்திரங்கள்: 05

காணுமிடமெல்லாம் காமிரா
கண்காணிப்புக்குள்ளேதான்
எல்லோரும்

சுயம் சூரத்தனம்
ரகசியம் நிர்வாணம் அந்தரங்கம்
எந்தச் சொல்லுக்கும்
இப்போது இல்லை மதிப்பு

நம்மை அறிந்தவர்கள்
நம்மிடம் கேட்காதவரை
நீங்களோ நானோ தோன்றக்கூடும்
நீலப்படத்திலும்

எதுவுமே நம் கையிலில்லை
கங்காணிகளுக்கே கவுரவம்
எளியவனுக்கோ ஏழைக்கோ
ஏற்புடையதாயில்லை
ஒருநாள்

காமிராக்கள் மிகுந்துவிட்ட
கார்ப்பரேட் மண்டபங்களில்
பூப்பு நீராட்டு நடக்கிறது
பொக்கைவாய் கிழவிகளுக்கு

வினா

அதென்ன அஞ்சலிக்கூட்டம்?
ஓங்கிக் குரலெடுத்து ஒருவர்கூட
அழாமல்

கவலை

மாடுகளற்றுப்போன சேரியில்
அங்குமிங்குமாய் முளைத்திருந்த
அருகம் புற்கள் கருகத்தொடங்கின
பிள்ளையாராக முடியாத
பெருங் கவலையில்

பின்னாலிருந்து: 01

பின்னாலிருந்து
இயங்கிய அல்லது
இயக்கிய ஒருவர்
பெரிதும் அறியப்படுவதில்லை
நல்லவராக.
அதைவிட கவனிக்கத்தக்கது
அவர் ஏன் பின்னால் மட்டுமே
இருந்தாரென்பது
சகாயங்களை முன்னுறுத்தி
சபைக்குப் பின்னால் தனை
இருத்திக்கொள்ளும் ஒருவரை
வரலாறு பார்க்கிறது
சகுனியாகவோ
சர்ச்சையாகவோ
பிரதானப்பட எண்ணமில்லாமல்
ஒருவர் பின்னாலிருப்பதில்லை
அவர் அவ்வாறிருப்பது
ஆபத்துகளிலிருந்து விடுபடவே
மேலும் மேலும்
பின்னாலிருப்பவர் சூசகமாக
சொல்ல விழைவது என்னவெனில்
முன்னுக்கு வருவது வேறு
முன்னால் வருவது வேறு

பின்னாலிருந்து: 02

யார் பின்னாலும்
யாரும் இருந்துகொள்ளலாம்
அதுகுறித்துப் பிரச்சனையில்லை
மிகமிக முக்கியம்
நமக்கு முன்னே யார் என்பதுதான்
முகமே இல்லாத ஒருவர்
முன்னே இருப்பாரெனில்
அடையாளங்கள் ஆகக்கூடும்
அநாதையாக

பின்னாலிருந்து: 03

ஒருவிதத்தில்
பின்னாலிருப்பதும்
ஒளிந்துகொள்வதும் ஒன்றுதான்
தலையை மறைத்துக்கொள்ளத்
தயாராகும் ஒருவர்
தலைமைக்கு மட்டுமல்ல
தவறுகளுக்கும் கட்டுப்பட்டவராகிறார்
பின்னாலிருப்பதே
தகுதியென எண்ணுகிற
ஒருவரைப் பின் தொடர்வது
வேடதாரிகளின் இயல்பு
ஒருவர் பின்னாலிருக்கச்
சம்மதிக்கும் பொழுதே அவர்
தனக்குப் பின்னால் இருப்பவரைப்
பிணமாக்கவோ பணமாக்கவோ
எண்ணுகிறார்
கால ஓட்டத்தைக் கணக்கெடுத்தால்
இதுவரை எங்கேயும்
எந்த மோசடிப் பேர்வழியும்
முன்னாலிருந்து ஆற்றியதில்லை
காரியங்களை

பின்னாலிருந்து: 04

பின்னாலிருந்து
எதை எதையோ
செய்ய விரும்பிய ஒருவர்
முன்னாலிருந்து செய்வதற்கு
என்னயிருக்கிறது?
வல்லமைகளையும் வாய்ப்புகளையும்
பின்னாலிருந்தே பெற்றுவந்த ஒருவர்
ஆசனத்தில் அமரவோ
அட்டனக்கால் போடவோ
துணிகிற போது
விசுவாசிகளால் புகழப்படுவார்
அதே சமயத்தில்
அதே விசுவாசிகளால்
பின்னுக்கும் தள்ளப்படுவார்
பிழையென்றும் சொல்லப்படுவார்
ஏனெனில், பின்னாலிருக்கும்
ஒவ்வொருவரும் எதிர்பார்ப்பது
முன்னாலிருப்பவரின்
முடிவுச் செய்தியை

பின்னாலிருந்து: 05

பின்னாலிருந்தே
பழக்கப்பட்ட ஒருவர்
முன்னால் வருவதற்கான
முகாந்திரங்களில் ஒன்றுதான்
வழிநடத்தும் வாய்ப்பு
கூட்டத்தில் ஒருவராக
இருப்பதைவிடவும்
கூட்டமே ஒருவரென்றாகத்
தேவைப்படுவது
தந்திரமல்ல. தயை
இப்போது அவர் யாரையும்
நம்பக்கூடியதாக இருக்காது
அதீத கண்காணிப்பில் அவரும்
அவருடைய கண்காணிப்பில் பிறரும்
நிறுத்தப்படுவார்கள்
ஒருவர் முன்னாலிருக்க
முடிவெடுக்கும் பொழுதே
தப்பிக்க முடிவதில்லை
மார்பை நோக்கிவரும்
தோட்டாவிலிருந்தும்

பின்னாலிருந்து: 06

குடும்பத்தை
முன்னிறுத்தும் பெண்
பின்னாலிருக்கத் தயங்குவதில்லை
இப்படியும் சொல்லலாம்
ஒரு குடும்பம் பின்னாலிருக்கையில்
எந்தப் பெண்ணாலும் முடிவதேயில்லை
முன்னாலிருக்க

பின்னாலிருந்து: 07

எவ்வளவு காலத்திற்கு
ஒருவர் பின்னாலிருக்க முடியும்?
தனக்குப் பின்னால்
ஒருவரோ ஒரு கூட்டமோ
உருவாகும் வரைதானே
இதையே விதியென்கிறது
இலக்கியமும் இதிகாசமும்கூட
பிறப்பின் அடிப்படையில்
ஒருவருக்குத் தரப்படும் அல்லது
அளிக்கப்படும் முன்னுரிமை என்பது
அவருக்குப் பின்னாலிருந்த
தர்மங்களால் ஏற்பாடானது
பின்னாலிருப்பவர்
முன்னால் வருவதற்குத்
தோது செய்பவை சந்தர்ப்பங்களே
முட்டாமலும் மோதாமலும்
மூர்க்கங்களைக் காட்டாமலும்
ஒருவர் முன்னுக்கு வரலாம்
கனிந்த சந்தர்ப்பங்களைக் கைவசப்படுத்தி
என்றாலும் அவர் பார்க்கப்படுவார்
முன்னுக்குப் பின்
முரணாக

பின்னாலிருந்து: 08

ஆணின் பின்னாலிருப்பதை
அடிமையாக உணரும் பெண்
பெண்ணின் பின்னாலிருப்பதை மட்டும்
பெருமையாகக் கருதுவாளா
பின்னாலிருப்பதும்
பின்னுக்குத் தள்ளப்படுவதும்
ஒரே மாதிரியானதல்ல
உடைத்துக்கொண்டு
வெளியே வர விரும்புகிறவள்
தான் மட்டுமல்ல
தனக்குப் பின்னாலும் ஒருவர்
பதுங்கிக்கொண்டிருப்பதைப்
பொறுத்துக்கொள்ள வாய்ப்பில்லை
எல்லோரும் சமமென்ற
எண்ணமுடைய ஒருவர்
முன்கூட்டிய யோசித்திருப்பார்
பின்னால் வருவதை

பின்னாலிருந்து: 09

எல்லா நேரங்களிலும்
பின்னாலிருந்தார் என்பவர்கள் ஏன்
சொல்லத் தயங்கினார்கள் அப்பொழுதே
அவர் பின்னால் இவரும்
இவர் பின்னால் இன்னொருவரும்
இருந்ததைச் சொல்லக்கூடிய இவர்கள்
இப்பொழுதும் பிரியப்படுவது
அதிகாரத்தின் பின்னாலிருக்கவே

பின்னாலிருந்து: 10

ஒரு தலைவர்
தனக்குப் பின்னாலிருப்பவரை
உணர்ந்துகொள்ளாமல்
பேசத்தொடங்கினால் அவரை
விட்டுவிலகுவதைத் தவிர
வேறு வழியில்லை தொண்டனுக்கு
ஒரு நல்ல தலைவர்
ஒரே சமயத்தில் பார்க்கவேண்டும்
முன்னாலும் பின்னாலும்
விலகி நடப்பவரை
ஒழுங்கு செய்ய இயலாதவர்
பழகிய பாதையிலும்
பதட்டத்திற்குள்ளாவார்
அவர் படிக்க வேண்டிய பாடம்
பின்னாலிருக்கிறது, முன்னாலில்லை.
எவ்வளவு பெரிய தலைவனும்
சரித்திரத்தில் சரிந்திருக்கிறான்
முதுகில் குத்துபவர்களால்

மராமத்து: 01

சிதிலமடைந்த கோட்டைகளையோ
சின்னாபின்னமான கோயில்களையோ
மராமத்துச் செய்துகொண்டிருப்பவர்கள்
ஒவ்வொரு காலத்திலும்
கொடிபிடித்துக் கோஷமிட்டது
கூலி உயர்வுக்கு மட்டுந்தானா
செப்புப்பட்டயத்தில்
பொறிக்கப்பட்டிருந்த தங்கள் பெயர்களைக்
காவல் நிலைய குறிப்பேட்டுக்கு
கைமாற்றியதைத் தவிர அவர்களால்
செய்ய முடிந்தது ஒன்றுமில்லையா
அவர்களேகூட அறிந்திருப்பார்களா
மல்லாந்த கோட்டைகளும்
மணியறுந்த கோயில்களும்
தங்கள் தாத்தாக்களின்
எலும்புக்கூடுகளென்று

மராமத்து: 02

எத்தனையோ வருடமாயிற்று
ஏரிக்குளங்களை மராமத்துச் செய்து
மண்வெட்டிகளே தொடாமல்
மண்டிக்கிடக்கிறது காட்டாமிணுக்கு
அள்ளிக்கொட்ட வேண்டிய
அழுக்குகளையும் குப்பைகளையும்
பொதுப்பணித்துறை வைத்திருக்கிறது
பொக்கிஷமாக
இப்பவுமே நம்பத்தான் போகிறோமா?
இதே ஏரியிலும் இதே குளத்திலும்
இன்னும் கொஞ்சநாளில்
பாலும்தேனும் ஓடப்போவதாக

மராமத்து: 03

நானூறாண்டுகால சோழ ஆட்சியில்
செழித்தோங்கிய ஒரு வம்சம்
பயிர்க்கடனை அடைக்கமுடியாமல்
தற்கொலை செய்துகொண்ட செய்தியைப்
பதட்டமில்லாமல்தான்
படிக்கிறீர்களா நீங்களும்
கங்கையை வெல்ல கடாரத்தை வெல்ல
போர்புரிந்த அவர்கள் பேரன்கள்
4ஜி மொபைலுக்கு வரிசையில் நிற்பதைப்
புரிந்துகொள்ள முடிகிறதா உங்களால்
அறிவீர்களா நீங்கள்
கத்தி கபடாக்கள் இருந்த கையில்
ஐ பேடுகள் வந்ததை
குலப்பெருமையைப் போற்ற
குருக்களுக்கு நிலங்களைத் தானமளித்தவர்கள்
அந்த நிலங்களையெல்லாம்
கார்ப்பரேட்டுகளுக்குக் கிரயம் செய்வதைக்
கேள்விப்பட்டீர்களா

ஒருவர்கூடவா
உங்களுக்குச் சொல்லவில்லை
அவர்கள் தங்களுடைய
தானியக் கிடங்குகளையெல்லாம்
அணுகுண்டு சோதனைக்கூடமாக
ஆக்கிவிட்டதை
இன்று ஒரு தொலைக்காட்சியில்
ஸ்க்ரோலிங் போகிறது
அடுத்த நாட்டை சூறையாடி
சோழ தேசம் சேர்த்திருத்த செல்வங்களை
அப்படியே வாங்கிக்கொள்ள
அமெரிக்கா ஆசைப்படுவதாக

மராமத்து: 04

சுத்திகரிக்கப்பட்ட தண்ணீருக்காக
ஆறுகளையும் குளங்களையும் இழந்தவர்கள்
யோசித்துக்கொண்டிருக்கிறார்கள்
ஒரு பாட்டில் தண்ணீரிலிருந்து
உற்பத்தியைப் பெருக்க

மராமத்து: 05

ஆட்சியோ அதிகாரமோ
எங்கோ ஓர் இடத்தில் குவிய
வழியேதுமிருக்கிறதா?
வாழ்ந்து தொலைக்க.
அசலான விதைகளையெல்லாம்
அடியோடு அழித்துவிட்டு
பூச்சிக்கொல்லிகளை
உண்ணத்தொடங்கிய ஒரு சமூகத்திடம்
எப்படி எதிர்பார்க்கிறீர்கள்?
போராட்டத்தை கைவிடச் சொல்லும்
உங்கள் கோரிக்கைகளை
மதிப்போமென

மராமத்து: 06

நம்புகிறோம்
மிக மந்தமான மனநிலையை
ஒரு தேநீரால் மாற்ற முடியும் என
அதைவிட மந்தமான மனநிலையை
அந்தத் தேநீரால் ஏற்படுத்தக்கூடிய
வாய்ப்பிருந்தும்

நம்புகிறோம்
மிக மோசமான சூழ்நிலையை
ஒரு கட்சியால் மாற்றமுடியும் எனவும்
அதைவிட மோசமான சூழ்நிலையில்
அவர்கள் கட்சியிருப்பதை
அறிந்திருந்தும்

இப்படித்தான் நிகழக்கூடும்
நாமே நம்மை மராமத்துச் செய்ய
எண்ணாதவரை

ஜப்தி

கூட்டுறவுக் கடனுக்காகக்
கூரைகளை ஜப்திசெய்ய வருபவர்கள்
வட்டிக்குப் பதிலாக
வாங்கிக்கொண்டுபோகிறார்கள்
உயிர்களை

வாரியம்

அணைகளைக் கட்டியதாகவும்
ஆறு குளங்களை வெட்டியதாகவும்
சோழ வம்சத்தின் பெருமையைச்
சொல்லிக்கொண்டிருக்கையில்தான்
மத்திய அரசு அறிவித்தது
மேலாண்மை வாரியத்தை
அமைக்க முடியாதென்று

பெயர்ச் சொல்

வனஜா என்னும் பெயர்
ஓர் இளம்பெண்ணுக்குரிய பெயராகத்
தோன்றவில்லை
காமாட்சியும் கனகவள்ளியும்கூட
அப்படித்தான்
எண்பதுகளில் சாந்தியும்
தொண்ணூறுகளில் ப்ரியாவும்
பிரசித்திப் பெற்றது
ஒருதலைக் காதலால்
அம்பிகா என்றோ ராதா என்றோ
பெயர் வைக்க பிரியப்பட்டவர்கள்
எப்படியும் இப்போது
தாண்டியிருப்பார்கள் நாற்பது வயதை
மணிமேகலையோ கண்ணகியோ
இல்லவே இல்லை இன்று
பாடகியாக விரும்புகிற ஒரு பெண்
தன்னுடைய பெயரை
சுசீலாவாகவோ ஜானகியாகவோ
வைத்துக்கொள்ள எண்ணுவதில்லை
கல்பனா வைஜெயந்தி என்பதும்
வழக்கொழிந்துவிட்டன
கமலாவை ஆரஞ்சுப் பழப்பெயராக

அறிபவர்களே அதிகம்
ஒரு பெண் தன் பெயரிலிருந்து
அறிவிக்க விரும்புவது
தானுமொரு பெண் என்பதைத் தானா?
எழுபதைத் தாண்டிய
என் அம்மாவின் பாட்டி பெயர்
சின்னபொண்ணு என்றே சொல்கிறது
வீட்டுப் பத்திரம்

வாசனை

ஏருழும் மாமனுக்கு
இஞ்சித் துவையலை அரைத்தவள்
கழுவாமல்விட்ட அம்மியிலிருந்தே
அடித்துக்கொண்டிருக்கிறது
காதலின் நெடி

நம்பிக்கை

கிராமத்திலிருந்து
நகரத்திற்கு இடம்பெயர்ந்தவர்கள்
வருடத்தில் ஒருமுறையாவது
தங்கள் கிராமத்திற்குத் திரும்பும்
நாளைத்தான்
நரையெய்திய தாத்தாக்கள்
நம்பிக்கொண்டிருக்கிறார்களா?
பொங்கலாக

ஒருவரைவிட ஒருவர்

அந்தக்கூட்டத்தில்
யாரும் யாரைவிடவும்
கீழோ மேலோ இல்லை

மிகை நடிப்பில்
மிருதுவாகக் காட்டிக்கொள்வதில்
ஒப்பனையில்
ஒப்பாரி வைப்பதில்
யாரும் யாருக்கும்
கூடுதலோ குறைவோ
இல்லை

ஒரு பொருளை
ஒரு பதவியைப் பறிப்பதிலும்
பங்கிட்டுக்கொள்வதிலும்கூட
சமமாகவே இருக்கிறார்கள்
சகலரும்

பாதத்தில் கிடக்க
பாவம்போல நடக்க
சொன்னதைச் செய்ய
சூழலுக்கேற்ப ஒத்தூத
பழகியிருக்கிறார்கள்
ஒருவரைப்போலவே
இன்னொருவரும்

இப்போதுள்ள சிக்கல்
ஒரே மாதிரியானவர்களில்
ஒருவரைத் தேர்ந்தெடுப்பது

காத்திருப்போம்.
எல்லோரும் சேர்ந்து
யாரோ ஒருவரைத்
தள்ளத்தானே போகிறார்கள்
குழியில்

மருதம்

மதிப்பிழந்த மருத நிலக்காரன்
மாநகர நெரிசலில் சிக்குண்டு
காணும் பொங்கலைக்
கொண்டாடிக்கொண்டிருக்கிறான்
கடற்கரையில்

தேடல்

மஞ்சத் தண்ணீரூற்ற
மாமன்களைத் தேடிக்கொண்டிருந்த
அதே முறைப்பெண்கள்தான்
மஞ்சளைக் கரைக்க தண்ணீரில்லாமல்
தேடிக்கொண்டிருக்கிறார்கள்
நீர் நிலைகளை

தோற்றப் பிழை

அயர்ன் செய்த முழுக்கைச் சட்டையை
அணிந்துவந்த எங்கள் தலைவர்
அதை மடித்துவிட்டிருந்த
அழகுக்காகவே தேர்ந்தெடுக்கப்பட்டார்
இந்த முறையும்.
வேட்டி கட்டிய நேர்த்திக்காகவும்
முறுக்கிவிட்ட மீசைக்காகவும்
இன்னும் சிலமுறையாவது
தேர்ந்தெடுக்கப்படுவார் தலைவராக
ஒருவர் தலைவராகும் தகுதியைத்
தோற்றத்திலிருந்தா பெறுகிறார் என்றால்
இல்லை என்று சொல்பவர்
தொண்டனாகும் தகுதியை
இழந்துவிடுகிறார்

இற்றைத் திங்கள்

தூரத்து வானொலியில்
அற்றைத் திங்கள் அவ்வெண்ணிலவில் கசிய
வெறித்த கண்களோடு
வானையே பார்த்துக்கொண்டிருக்கிறோம்
சொட்டு மழையில்லை,
பொட்டு மழைக்கூட இல்லாத
புஞ்சைக்காடுகளில்
அற்றைத் திங்கள் அவ்வெண்ணிலவில்
மும்மாரிப் பொழிந்தன
முப்போகம் விளைந்தன
இற்றைத் திங்கள் இவ்வெண்ணிலவில்
நாங்களிருக்கிறோம்
ஒட்டடை படிந்துவிட்ட
ஏருடனும் கலப்பையுடனும்

ஒருமுறை

ஒருமுறை வந்து பாருங்கள்
வயல் வெளிகளை
இல்லை இல்லை
வயலாய் இருந்த
வெளிகளை

ஒருமுறை வந்து பாருங்கள்
கரும்புத் தோட்டங்களை
இல்லை இல்லை
கரும்பு விளைந்த
தோட்டங்கள்

ஒருமுறை வந்து பாருங்கள்
கனிம வளங்களை
இல்லை இல்லை
வளமாயிருந்த கனிமங்களை

ஒருமுறை வந்து பாருங்கள்
நீங்கள் பார்க்க எதுவுமில்லாத
எங்களையும்

தைப் புரட்சி

நாற்பதாண்டுகளுக்குப் பிறகு
காலம் தன்னைக் கழுவிக்கொள்ள
கூடி நின்றது மெரினாவில்
அதுவரையுள்ள அரசியல் குப்பைகளை
எளிய மனிதர்கள் எடுத்து வீசினார்கள்
முஷ்டி உயர்த்திய அவர்களின்
முரட்டு முழக்கங்கள்
டெல்லி தர்பாரின்
குரல்வளையைக் குறிவைத்துக் கவ்வின
ஏழே பொழுதுகளில் தங்கள்
பாரம்பரிய முன்னெடுப்புகளை
பாவப்பட்ட அந்த சனங்கள்
உணர்த்திப்போனார்கள் உலகிற்கு
அறத்தின் துணையால்
அவர்கள் தங்கள் ஆன்ம பலத்தை
அறிவித்தார்கள் ஆட்சியாளர்களுக்கு
கிளர்ச்சியோ கலகமோ இல்லாமல்
கலைய விரும்பிய அவர்களை
காட்டுமிராண்டியாகவும்
சமூகவிரோதியாகவும்
சித்திரித்தன போலி ஊடகங்கள்
மீண்டும் அவர்கள் கூடுவார்கள்
விட்ட இடத்திலிருந்து தொடங்க அல்ல
விட்டுவிடாமல் எல்லாவற்றையும்
தொடர